దయ్యాలగోల

37 ఎపిసోడ్స్

D9900394

MANTRI PRAGADA
MARKANDEYULU, Litt·D·,

Poet, Novelist, Song and Story Writer
B. Com, DBM, PGDCA, DCP,
(Visited Nairobi-Kenya, East Africa)
(Retd. Public Sector Enterprise Officer)

- **Rabindranath Tagore Memorial Award**
- **The State of Birland (Bir Tawil) Representative at Hyderabad-India (www.birlandgov.org)**
- **CESAR VALLEJO AWARD 2021, UHE, Peru for Literary Excellence**
- **The Silver Shield Award from UHE, Peru for my Literary Excellence 2021.**

- **2021 GOLDEN EAGLE WORLD AWARD FOR LITERARY EXCELLENCE, HISPAN WORLD WRITERS' UNION Peru**
- **Gujarat Sahitya Academy and Motivational Strips LITERARY EXCELLENCE Honor**
- *Honored with "Royal Kutai Mulawarman Peace International Institute, Philippines"*
- *Royal Success International Book of Records 2019 Honor, Hyderabad-India*
- *Institute of Scholars Research Excellence Award-2020, Bangalore (India)*
- *Gujarat Sahitya Academy and Motivational Strips 2020 Honor, Gujarat-India*
- *Hon. Doctorate in Literature from ITMUT, Brazil. (2019)*
- *Literary Brigadier Honor (2018) from Story Mirror, Mumbai, India*
- *Spotlight Superstar Honor (2018) from Story Mirror, Mumbai, India*
- *Golden Ambassador General for Development and Peace at World Peoples Forum @ TWPF/BTYA, Bangladesh*
- *State of Birland at Bir Tawil Recognized Poet*
- *RKMPII Nobility Award 2021*

- *RKMPII HEART OF GOLD NOBLES Honor Certificate 2021*
- *ISFFDGUN Internationally Accredited Certificate 2021.*
- *Dr. Sarvepalli Radhakrishnan Ratan Award 2021 – WHRC Honor*
- *Mahatma Gandhi Humanity Award 2021 – WHRC Honor.*
  Published 23+ Novels/Poems/Short Poems/Short Stories.

Hyderabad - Telangana State (INDIA)
Email: mrkndyl@gmail.com

+91-9951038802
+91-8186945103
Twitter: @mrkndyl68

MANTRI PRAGADA MARKANDEYULU
Author Bio

Mantri Pragada Markandeyulu, Bachelor of Commerce (B Com), Diploma in Business Management (DBM), Post Graduate Diploma in Computer Applications (PGDCA), Diploma in Computer and Commercial Practice (DCCP) is the Author and Writer.

He has written English Lyrics for making fully composed tunes to Songs, around 155 songs (lyrics) + 330 Quotes in English (each Quote is in 8-10 lines). Also, he has written 400 Haiku Poetry. He too has written Hindi Song Lyrics 37 and Telugu Song Lyrics 38 and all are useful and utility for Movies/TV serial purpose and also for making Song and Music Album. 25 Stories in English.

He is a retired Officer from PSU and a permanent resident of Hyderabad-500062 Dist: Rachakonda, (Telangana State) India.

His special ebooks are, (1) ENTANGLEMENTS (consists of 20 short stories in English) (2) MARK'S QUOTES (325 quotes) (3) THE DOCTOR AND GHOSTS (For Movie/TV serial purpose) (4) NGO (Systems and Procedures), (5) Lady Police, (6) Derailed Mission, (7) My Darling, (8) Wings of Love, (9) Fraudulent Husband, (10) Shattered Affection, (11) What I can do in my life, etc. Other Short stories, all useful for making movies. Two Telugu Stories (1) Top Cop Rani, IPS (Telugu) (2) Jeevam Story (Telugu), are ready and useful for Movie making purpose. English Stories Lady Police and the Dead, Doctor and the Ghost, are useful for Movie making purpose.

MANTRI PRAGADA MARKANDEYULU
[B Com, DBM, PGDCA, DCCP]
Storywriter, Songwriter & Lyricist
Haiku Poetry Writer
PLOT NO. 37, H. NO. 1-6-53/1
ANUPURAM, ECIL POST,
HYDERABAD 500062
Rachakonda District
TELANGANA STATE; INDIA

+91 9951038802 / +91 8186945103
Email: mrkndyl@gmail.com
Twitter: @mrkndyl68

దయ్యాలగోల

డాక్టర్-సైంటిస్ట్ కథ
ఆత్మల ఘోష

MANTRI PRAGADA MARKANDEYULU

37 ఎపిసోడ్స్

సైంటిఫిక్, థ్రిల్లర్, హారర్, సస్పెన్స్, డెడ్ and రిబర్త్, గోస్ట్, aghoris, క్లబ్బు, పబ్ మరియు, ఎంటర్టైన్మెంట్ స్టోరీ.

దయ్యాలగోల

కథా సారాంశం ©

ఒక సైంటిస్ట్ శ్యామ్, చనిపోయిన వారిని బ్రతికించే మందు ఫార్ములా నీ తయారు చేస్తాడు, మరియు కనుగొంటాడు కూడా. డాక్టర్ విశాల్, ఫ్రెండ్ సైంటిస్ట్ శ్యామ్ తో సహా కలిసి, మృతదేహాల మీద మందు ఫార్ములా ప్రయోగించి, సక్సెస్ అవుతాడు. మరల, ఈ మందు ప్రభావం అయిపోయిన తర్వాత, ఆ బ్రతికినవారు తిరిగి చనిపోతారు, అది కూడా, ఒక గంట గానీ రెండు గంటల తరవాత.

ఆత్మలు, దయ్యాలు, భూతాలు, ప్రేత పిశాచాలు గా మారుతాయి, చనిపోయిన వారి ఆత్మలు మృతదేహాల నుండి బయటికి వచ్చి. ఇవన్నీ కలిసి, డాక్టర్ని, సైంటిస్ట్ ని సతా ఇస్తాయి. అఘోరాలు కూడా ప్రజలను

నమ్మిస్తారు, అదేమిటంటే చనిపోయిన వారిని బ్రతికిస్తామని. అంతా భయంకర, భయానక దృశ్యాలు.

Dr. పాల్ బ్రంటన్, అమెరికన్ జర్నలిస్ట్ పరిశోధనలు, అఘోరాల మీద అది కూడా ఆడవులలో. ఈ కదా యాభై సంవత్సరాల క్రిందట నిజంగా జరిగింది. డబ్బులున్న మేధావులు, అమెరికన్ బిలినైర్లు కలిసి, Dr. పాల్ బ్రంటన్ అనే అమెరికన్ సైంటిస్ట్ ని భారత దేశానికీ పంపించి, ఈ అఘోరాల ఎవరు, ఏమిటి, వారి నిత్యా కృత్యాలు ఏమిటి, వారికున్న మహిమలు కనుక్కొని, రీసెర్చ్ చేసి ఒక రేపార్టీ ని సబ్మిట్ చేయ వలసిందిగా, కోరారు. ఆ విషయం మరియు డాక్టర్ పాల్ బ్రంటన్ బృందం ఏ విధంగా ఈ అఘోరాలను కలిసాడు, కష్టాలను, ఈ జీవం కథలో పొందుపరిచి యున్నది.

సైంటిస్ట్ శ్యామ ని కిడ్నాప్ చేస్తారు సంఘవిద్రోహక శక్తులు. డాక్టర్ల కాన్ఫరెన్స్ కూడా జరుగుతుంది.
నిజంగా జరిగిన కథ - సెమినార్ లో చెప్పిన విషయం.
ఆ ఊరి ప్రజలందరూ భయాందోళనలో ఉంటారు.

దయ్యాలు, పిశాచాలు, భూతాలు, ఊళ్లలో విహరించి డబ్బులను, చాలా కాస్లీ ఐటమ్స్ను కాజేసి, డాక్టర్ విశాల్ ఇంట్లో దాస్తాయి.

క్లబ్బులు, పబ్బులు, క్యాసినో వా, రేసులు, గ్యాంబ్లింగ్ ప్లేస్ లు, హోటల్ లలో కావలసిన రీతిలో నాటకాలు ఆడతాయి. ట్రాఫిక్ కానిస్టేబుల్స్ ని సతాఇస్తాయి.

డాక్టర్ విశాల్, ఒక నెల ఊరు విడిచి వెళ్లి పోతాడు. ఫ్యామిలీ మెంబర్స్ వారణాసి వెళ్లి అనేక దేవుళ్ళని ప్రార్థిస్తాడు మనశాంతి గురించి. తిరిగి వచ్చేసరికి, ఇంట్లో అంతా ఆశ్చర్యకరం, వద్దంటే డబ్బు, ఎక్కడ చూసినా డబ్బు, పరుపుల కింద, అటక ల మీద, గోను సంచుల్లో, ఇనుప పెట్టెలలో, వాషింగ్ మిషిన్ లలో, ఫ్రిడ్జ్ ల లో, బీరువాలలో, కబోర్డ్స్ లో మొత్తం అంతా డబ్బు.

డాక్టర్ విశాల్ పరేషాన్. దయ్యాలు, భూతాలు, ఆత్మలు, డాక్టర్ ఫ్యామిలీ ని ఒక ఆట పట్టిస్తాయి. డాక్టర్ క్లీనిక్ లో రోగులకు ఈ దయ్యాలు భూతాలు అన్ని పేషంట్లకి కావలసిన పనులు చేస్తాయి.

అంతా అయోమయం, మొత్తం గందరగోళం. సైంటిస్ట్ ని విడుదల పోలీసు వారి సహకారంతో. మందు ఫార్ములా మెడిసిన్ ని, సైంటిస్ట్ శ్యామ ఒక ఫార్మాస్యూటికల్ కంపెనీకి రెండు కోట్ల రూపాయలకు అమ్మి వేస్తాడు. సైంటిస్ట్ హ్యాపీ.

మృతులు ధైయ్యాలుగా, పిశాచాలుగా మారడానికి, కారణాలు, వీటియొక్క చేష్టలు, ప్రతీకారాలు, ఏ విధంగా వుంటాయో, మరియు వీటియొక్క చేష్టలు, జనజీవనంలో ఎలా వుంటాయో, ప్రజలను ఏ విధంగా సతాయిస్తాయో, ఎందువలన సతాయిస్తాయో, కారణాలు, అన్ని విషయాలు వివరంగా, యి **జీవం** కధలో వున్నాయి.

ఈ ధైయ్యల ఉనికి, గోల వలన డాక్టర్ విశాల్ యొక్క బాధాలు, ఒకటి అనుకుంటే మరొకటి జరగడం, సైంటిస్ట్ శ్యామ్ యొక్క మనసు చలించటం, తిరిగి అన్ని విషయాలు, చివరికి బాగుగా అవడం, అందరిని సంతోషపరిచే విషయం, మరియు ఈ **జీవం** స్టోరీ అందరిని ఉత్సాహపరిచే విధంగానూ, భయము, భక్తి,

ఆందోళనలు, జన జీవన శైలి విధానాలు, అన్ని విధాలుగా బాగున్నది.

విశాల్ చిన్ననాటి మతిపోయే సంఘటనలు, శవాల దహనాలకు అసలు కారణాలు, నిజంగా జరిగిన కథలు, వేదాంత ధోరణిలో పాట, స్మశాన వాటికలో ఆర్తనాదాలు, డాక్టర్ మరియు సైంటిస్ట్ ల మానసిక వేదనలు, ధైయ్యాలా బాతాఖానీ, ఆత్మలకు తృప్తి మరియు వారణాసి వైభవం, డాక్టర్ విశాల్ పంచ యజ్ఞాలు, ధైయ్యాలు శాంతించి వెళ్లిపోవుట, అనే విషయాలు ఈ **జీవం** కథలో అందరికి ఉపయోగ కారే రీతిలో, ఎంటర్టైన్మెంట్ ల తో సహా ఆనందోత్సవాల రీతిలో ఉంటుంది.

అఘోరాల చేష్టలు, కాటి సీనులు, మృతుల బంధువుల ఆర్తనాదాలు, కొంచం భయానకముఖముగా ఉండును. అఘోరాలు, భారత దేశంలో ఏ ప్రదేశాలలో వుంటారు, మరియు, ఎలాంటి శివాలయాలు ప్రదేశాలలో వుంటారో, వారి యొక్క జీవన విధానం ఏమిటో, వారు ఎందువలన జన జీవనానికి దూరంగా వుంటారో, వారి చేష్టలు, దిన చర్యలు ఎలా వుంటాయో, అఘోరాల

యొక్క భక్తి, శివుడు మీద వున్నా రీతి ఎందువలన ఉంటుందో, వారు అలా మారడానికి కారణాలు మరియు వారి యొక్క మనసులోని మాటలు, చేష్టలు, శివ భక్తి భావాలు, అన్నియు ఈ **జీవం** కధలో వివరించడమైనది.

ఎన్నో ట్విస్టులు, ఎంతో హారర్, త్రిల్లింగ్, సస్పెన్స్, ఎంటర్టైన్మెంట్. కాదా చాలా ఫాస్ట్ గా నడుస్తుంది. డాక్టర్ల కాన్ఫరెన్స్, దయ్యాల గోల, అఘోరాల నిత్యకృత్యాలు, ప్రజల భయాందోళనలు, వారనాసి సీన్లు, కాటి సీన్ లు, పాడుబడ్డ బంగాళా, దయ్యాల ఆటలు, పాటలు, డాన్సులు, అరుపులు, జనాలను సతాయింపుడు, మృతదేహాలు, తిరిగి బ్రతక డాలు, సంతోషాలు, ఏడుపులు, పెడబొబ్బలు, ఎక్స్పరిమెంట్ లో, రియల్ లైఫ్ ఎక్స్పిరియన్స్, కొన్ని నిజంగా జరిగిన కథలు,

డాక్టర్ విశాల్ నీ విడిచి ఆత్మలు, దయ్యాలు, పిశాచాలు అనుకుంటాయి ఏమంటే తాము తిరిగి బ్రతకాలంటే మనిషి రూపంలో తమ ఆత్మల లోకానికే వెళ్లే బాగుంటుందనీ, వెళ్లాల్సి వస్తుందని కూడా

అనుకున్నాయి. డిసైడ్ చేసుకుని వెళ్లిపోవాలని అనుకున్నాయి. డాక్టర్ విశాల్ కి ధైయ్యాలు, పిశాచాలు, గుడ్ బై చెప్పి వెళ్లిపోతాయి. అందరూ హ్యాపీ. ఊరు ప్రజలు హ్యాపీ. స్మశాన వాటికలు ఊరి అవతల షిఫ్ట్. అన్ని అపార్ట్మెంట్లో వచ్చేస్తాయి స్మశానవాటికలో. డాక్టర్ విశాల్ క్లీనిక్ పెద్ద హాస్పిటల్ గా తయారు చేస్తాడు. సైంటిస్ట్ కూతురు, డాక్టర్ విశాల్ కూతురు లకు పెళ్లిళ్లు బాగా చేస్తారు. అందరూ సుఖంగా ఉంటారు.

ఈ కదా చిన్నపిల్లలకి, మధ్య వయసు కలవారికి, వృద్ధులులకు, బాగుగా ఉండును. మొత్తంగా ఈ కథ 30 ఎపిసోడ్ లు కలవు. వృత్తాంతం బాగుంది. సినిమా థియేట కాని హంగులు కలవు.
చాప్టర్లు, index, ఈ క్రింద వివరించబడినది.

1) అసలు ఏం జరిగింది ఆత్మకూరులో.
2) డాక్టర్ విశాల్ తో మృతుడు బ్రతికి మాట్లాడుట.
3) ఆ తర్వాత ఏం జరిగింది.
4) రెండు నెలల తర్వాత బం బం.

5) విశాల్ కి చిన్నప్పుడు మతి పోయే ఘోటైన సంఘటన.

6) శవాలు - పంచభూతాలు, దహనం - అసలు కారణం.

7) డాక్టర్స్ కాన్ఫరెన్స్.

8) నిజంగా జరిగిన కథ - సెమినార్ లో చెప్పిన విషయం.

9) కాలమే కాటేస్తే, స్మశానం లో పాట సీన్.

10) డాక్టర్ల కాన్ఫరెన్లో్స్. ఒక డాక్టర్ ఇలా చెప్పాడు.

11) స్మశాన వాటికలో ఆర్తనాదాలు.

12) అఘోరాలు వారి చేష్టలు.

13) కాల రాత్రి పాట - స్మశాన వాటిక భయంకర సీన్.

14) పాడుబడ్డ బంగళా, ఆత్మల gosha, దయ్యాల ఉనికి.

15) కొత్త డెడ్ బాడీ, స్మశానానికి తెచ్చిన రోజు.

16) డాక్టర్ విశాల్ ని. సైంటిస్ట్ శ్యామ్ నీ దయ్యాలు ఏడిపించడం.

17. డాక్టర్ విశాల్, సైంటిస్ట్ శ్యామ ల, మానసిక వేదన.

18) సైంటిస్ట్ శ్యామ్ కిడ్నాప్.

19) దయ్యాల గోల.

20) దయ్యాల ముచ్చట్లు - బాతాఖానీ.

21) బట్టల దుకాణంలో దయ్యాల లూటీ.

22) దయ్యాల పబ్, బార్, క్యాబరే డాన్సులు, ఎంజాయ్ మెంట్ లు, రేస్ కోర్స్ లో వీర విహారం.

23) పంచ యజ్ఞాలు - డాక్టర్ విశాల్ పూజలు.

24) డాక్టర్ విశాల్ భార్య పిల్లలు., తల్లిదండ్రులు వారణాసి ప్రయాణం.

25) ఆత్మలకు తృప్తి, శాంతి - వారణాసి వైభవం.

26) స్మశాన వాటిక దగ్గరి పాడుపడ్డ బంగాళా కూల్చివేత, దయ్యాల కలత.

27) ట్రాఫిక్ పోలీసులు - దెయ్యాల గొడవ.

28) సైంటిస్ట్ శ్యామ్ నీ కిడ్నాప్ నుంచి పోలీసుల రక్షించుట.

29) డాక్టర్ విశాల్ బ్యాక్ టు హోం అండ్ హాస్పిటల్.

30) దయ్యాల శాంతించి వెళ్ళిపోవుట.

31) గోస్ట్స్ అండ్ డెవిల్స్ శాంతి ఒప్పందం

32) దయ్యాలు సూక్తులు మాట్లాడుట

33) ఆత్మ యొక్క ఆశయం

34) 4వ ఆత్మ తన మనసును వ్యక్తపరుస్తుంది:

35) 5వ ఆత్మ తన మనసులోని ఆలోచనలను వ్యక్తపరుస్తుంది.

36) ఆరవ ఆత్మ తన అభిప్రాయాన్ని వ్యక్తపరుస్తుంది:

37) ఆత్మల ప్రపంచం

38) డాక్టర్ విశాల్ ఆసుపత్రి కార్యకలాపాలు:

39) క్లుప్తంగా: మొత్తం స్టోరీ సినాప్సిస్

=======

మొత్తం కథ చదవండి. చాలా ఇంటరెస్టింగ్ గా ఉంది.

ఇట్లు:

మంత్రి మార్కు

కథా రచయిత, పాటల రచయిత

(Phone No: +91-9951038802/+91-8186945103)

హైదరాబాదు - India

_____

దయ్యాలగోల

<u>ఎపిసోడ్ 1.</u>

డాక్టర్ -సైంటిస్ట్ - ఘోస్ట్స్
ఏ సైంటిఫిక్ - థ్రిల్లర్ - హారర్ -సస్పెన్స్ - డెత్ - రెబిర్త్ - ఘోస్ట్స్ -అఘోరాస్ story.

స్వగ్రామమైన ఆత్మకూరు గ్రామంలో, విశాల భావాలున్న డాక్టర్ విశాల్ ప్రజలందరికి వైద్యం అందించాలని అన్ని సదుపాయాలతో ఆసుపత్రి కట్టించుకొని వైద్యం ప్రారంభించాడు. ప్రజలందరూ మెచ్చికోసేలా డాక్టర్ వైద్యం చేస్తున్నాడు.

హఠాత్తుగా ఒకనాడు చావు బ్రతుకుల్లో వున్న ఒక మధ్య వయస్సు కల 50 సంవత్సరాలు ఉంటాయి ఆ ఊరి ప్రజలు

వైద్యం కోసం ఈ ఆసుపత్రికి చికిత్స కోసం తీసుకు వచ్చారు. డాక్టర్ విశాల్ ఆ వ్యక్తికీ చికిత్స ప్రారంభించాడు. కానీ ఆ వ్యక్తి యొక్క పరిస్థితి చాల సీరియస్ గా వుంది. అతను బ్రతుకుతాడన్న నమ్మకం లేదు. చికిత్య చేస్తుండగానే అతను ఏదో చెప్పాలని చాలా ప్రయత్నిస్తున్నాడు. డాక్టర్ ... నాకు.... నేను.... డబ్బు.... అని ఆగిపోయాడు. అప్పుడు డాక్టర్ విశాల్ అన్నాడు. చెప్పండి ఏమి చెప్పాలనేది. డబ్బునా, ఏంటి, ఏంటి, చెప్పండి, ఏమి చెప్పాలనుకుంటున్నారో చెప్పండి. మీ వాళ్లను పిలవమంటారా? వాళ్ళకి ఏమైనా చెప్పాలనుకుంటున్నారా? ప్లీజ్ చెప్పండి. చాలా ఆదుర్దాగా ఆ వ్యక్తిని అడుగుతున్నాడు డాక్టర్. నేను... నాకు... ఏదో చెప్పబోయాడు. మాట పూర్తికాకుండానే అతని ప్రాణం పోయింది. డాక్టర్ చాలా బాధ పడ్డాడు. అయ్యో పాపం అతని చివరి కోరిక ఏమిటో తెలియకుండానే ప్రాణం పోయింది. వీళ్ళు కొంచం ముందుగా

తీసుకొచ్చినా లేక నేను ఒక గంట అతని ప్రాణం నిలబెట్ట గలిగే మందు ఏమైనా యిచ్చిన బాగుండేదేమో. యిప్పుడు అతను ఏమి చెప్పలేకపోయాడు అని ఫీల్ అయ్యాడు. అది చాలా ముఖ్యమైన విషయం అయివుంటుంది. లేకపోతె అంతగా తపనపడి ఉండడు. వాళ్ళ కుటుంబానికి చాలా ఉపయోగ పడుతుంది. అతను చెప్పబోయే మాట గురించి యిప్పుడు, ఎలాగ, ఎంతగా ఆలోచించినా, డాక్టర్ విశాల్ కి ఏం చేయాలో అర్ధం కాలేదు. ఆ వ్యక్తిని వాళ్ళ బంధువులకి అప్పచెప్పాలని అనుకున్నాడు. ఫోన్ అడ్రస్ అన్ని రాయించుకున్నాడు.

డాక్టర్ విశాల్ తన రూమ్ లో కూర్చొని తీవ్రంగా ఆలోచిస్తున్నాడు. ఒక వ్యక్తి చివరి క్షణంలో ఏదైనా చెప్పాలనుకోవచ్చు. అలంటి వ్యక్తిని ఒక గంట బ్రతకడానికి కావాల్సిన మందులు ఏమి లేవా?

ఈ లోపు తన ఫోన్ రింగ్ అయింది. ఎవరు? అనుకుని చూసాడు. తన ఫ్రెండ్ సైంటిస్ట్ శ్యామ్ ఫోన్ అది. హలో. విశాల్. ఫ్రీగా ఉన్నావా? ఒక గ్రాండ్ సక్సెస్. నేనొక ఫార్ములా కనిపెట్టాను. ఆ ఫార్ములాని ఒక ఎలుక మీద ప్రయోగించాను. అద్భుతం. చనిపోయిన ఎలుక ఒక గంట సేపు లేచి అటు యిటు తిరిగింది. కాబట్టి ఆ ఫార్ములా మెడిసిన్ ఒక మనిషి శవం మీద ప్రయోగిద్దామని చూస్తున్నా. నువ్వు డాక్టర్ వి కదా. నీ పర్మిషన్ తో ఎవరైనా శవం ఉంటే చూపించు నేను ఆ డెడ్ బాడీ కి ఈ ఇంజక్షన్ యిద్దము.

ఒక గంట బ్రతుకుతే చాలు మన ఫార్ములా మెడిసిన్ సక్సెస్ అయినట్లే అని ఎంతో ఉత్సాహంగా చెప్పాడు.

అప్పుడు డాక్టర్ విశాల్ ఎక్సలెంట్ నా దగ్గర హఠాత్తుగా చనిపోయిన శవం వుంది. నువ్వు యిక్కడికి రా వెంటనే. అతను

చనిపోతూ ఏదో చెప్పడానికి చాలా ప్రయత్నించాడు. కానీ అతనికి ఆ అవకాశం లేకుండానే పోయాడు. యిప్పుడు నీ ఫార్ములా మెడిసిన్ ఇంజక్షన్ తో ఆ శవం ఒక గంట బ్రతుకుతే చాలు. వాళ్ళ కుటుంబానికి ఎంతో సహాయం చేసిన వాళ్ళము అవుతాము. నువ్వు వెంటనే రా. ఆ శవాన్ని మార్చురీ లో పెడతా అన్నాడు డాక్టర్ విశాల్. యిదిగో యిప్పుడే స్టార్ట్ అవుతున్నాను అన్నాడు సైంటిస్ట్ శ్యామ్.

ఎపిసోడ్ - 2.

డాక్టర్ విశాల్ తో మృతుడు బ్రతికి మాట్లాడుట:

డాక్టర్ విశాల్ మరియు సైంటిస్ట్ శ్యామ్, శరీర భాగాల వివరణ (అనాటమీ) గురించి పునరాలోచన చేసుకుంటూ, ఏ విదంగా కనుగొన్న (ఇన్వెంట్) ఫార్ములా మందుని, క్రమ పద్ధతిలో మృతదేహానికి ఇంజక్షన్ ఈయాలని అనుకొని, అన్నీ సిద్ధం చేసుకొని, ఒక రూంలోకి మృతదేహాన్ని తీసుకువెళ్లారు. సైంటిస్ట్ ఆధ్వర్యంలో, మృతదేహానికి డాక్టర్ విశాల్ ఇంజక్షన్ ఇచ్చాడు. ఇంజక్షన్ ఇచ్చిన కొన్ని సెకండ్లలో మృతుడి శరీరంలో కొద్ది కదలికలు ప్రారంభం అయి, కళ్ళు తెరిచి, డాక్టర్ ని, సైంటిస్ట్ ని చూసాడు. నెమ్మదిగా పెదవులు కదిలించి "డాక్టర్" అన్నాడు. అప్పుడు, డాక్టర్, సైంటిస్ట్ తమ ప్రయోగం ఫలించి నందుకు మిగుల సంతోషించారు. డాక్టర్ మృతుడితో ఇలా అన్నాడు. "నీవు ఏమి చెప్పదలచుకున్నావో త్వరాగా చెప్పు" అని అన్నాడు. అప్పుడు ఈ బ్రతికిన 'జీవం' ఇలా అన్నాడు.

"డాక్టర్, నాకు సంబందించిన, ఆస్తి పాస్తుల వివరాలు, దాచిన ధనం, ఎస్ బి ఐ (SBI) ఆత్మకూరు మెయిన్ బ్రాంచ్ లాక్కెర్ లో వుంచాను, అని చెప్పి ఆ తాళం చెవులు అటక మీద వున్న ఇనుప పెట్టెలో, ఒక ఎర్రటి డబ్బాలో దాచి పెట్టాను" అని చెప్పి, నీరసంతో కళ్ళు మూసుకున్నాడు.

డాక్టర్, త్వర త్వరగా అతనిని పరీక్షించాడు. గుండె కొట్టుకుంటోంది, కానీ మాట రావడం లేదు. అప్పటికి పదమూడు నిముషాలు అయింది. ఇంకా కొద్దిసేపు జీవాన్ని బ్రతికించడానికి ప్రయత్నం చేస్తున్నాడు. కానీ, లాభం లేకపోయింది.

సైంటిస్ట్ శ్యామ్, తన మొదటి ప్రయోగం ఫలించినందుకు ఎంతో సంతోషించాడు. డాక్టర్ విశాల్, తన స్నేహితుడికి అభినందనలు తెలిపాడు. అప్పుడు సైంటిస్ట్, నేనూ ఇంకా ఈ ప్రయోగాన్ని ఎక్కువ సేపు ఫార్ములా మందు ప్రభావం ఉండేలా ప్రయోగం చేస్తాను, అని డాక్టర్ దగ్గర్నుంచి నిష్క్రమించాడు.

డాక్టర్ విశాల్, రూమునుంచి బయటకు వచ్చి, మృతుడు మరణించే ముందు తనతో చెప్పిన విషయాలని, బందువులకు చెప్పసాగాడు. అందుకు బంధువులు అందరూ 'ఏం చెప్పాడు - ఏం చెప్పాడు' అని డాక్టర్ ని ఆత్రుతతో పదే పదే అడగసాగారు. అప్పుడు డాక్టర్, మీరు నిశ్శబ్దంగా వుండండి. నేను చెప్పింది వినండి.

తనయొక్క ధనము, ఆస్తి పాస్తుల వివరాలు, అన్నీ అటకమీద ఇనుప పెట్టెలో, ఒక ఎర్ర డబ్బాలో పెట్టాను, అని చెప్పి మరణించాడు.
ఆసుపత్రి నిబంధనల ప్రకారం, మృతదేహాన్ని బందువులకు అప్పగించాడు, డాక్టర్.

~~~~~~~~~~~~~
~~~~~~~~~~~~~

ఎపిసోడ్ ౩

నెల రోజుల తర్వాత ఏం జరిగింది:

ఒక రోజు సైంటిస్ట్ శ్యామ్, డాక్టర్ విశాల్ కి ఫోన్ చేసి ఇలా చెప్పాడు.

"మృతుడిని గంటసేపు బ్రతికించ గలిగే మందు ఫార్ములా కనిపెట్టాను", అని ఎంతో సంతోషంగా చెప్పాడు. డాక్టర్ కూడా అంతే సంతోషంతో సైంటిస్ట్ ని అభినందించాడు. నేను త్వరలో దీనిగురించి నీకు చెప్తాను, అని డాక్టర్ సైంటిస్ట్ తో అన్నాడు.

మరునాడు, సైంటిస్ట్ శ్యామ్ ని ఫార్ములా మందుని తీసుకు రమ్మన్నాడు. ఇద్దరూ కలిసి ఊరి వెలుపలవున్న స్మశాన వాటికకు వెళ్లారు. అక్కడ కొద్దిసేపు మృతదేహమ్ కోసం చూస్తున్నారు. అంతలో ఒక మృతదేహాన్ని వీరు ఇరువురూ చూసి, దగ్గరకు వెళ్లారు. ఈ మృతదేహం మీద మనం ఈ ఇంజక్షన్ మందుని ఇంజెక్ట్ చేద్దాం, అని

అనుకున్నారు. బంధువులతో మాట్లాడి, మృతుడికి ఇంజక్షన్ ఇచ్చారు.

రెండు క్షణాల తర్వాత, మృత జీవం లో చిన్నగా కాళ్ళ నుంచి కదలికలు ప్రారంభం అయ్యాయి. యింకొక క్షణంలో, అతను కళ్ళు తెరిచాడు. మృతుడు మెల్లగా మాట్లాడడం ప్రారంభించాడు. డాక్టర్ ని, సైంటిస్ట్ ని, బంధువులను, లేచి కూర్చుని చూసి, నేను ఎక్కడ వున్నాను? అని పలికాడు. బంధువులంతా సంతోషంతో ముందుకి వచ్చారు. అప్పుడు డాక్టర్ బంధువులతో, ఇతను గంట మాత్రమే బ్రతక గలడు. అతను చెప్పేది వినండి, అన్నాడు డాక్టర్.

బంధువులు, మృతుడు మాట్లాడే మాటలు విని, డాక్టర్ ని ప్రశ్నించారు. అంతలో మృతుడు వాలిపోయాడు. మృతుడి ఆత్మ, డాక్టర్ సైంటిస్ట్ చుట్టూ తిరుగుతూ, వారి వెంట వెంట తిరగనారంభించింది. వారు తమ ఆసుపత్రికి వెళ్లిపోయారు. మృతుడి ఆత్మ కూడా వారితోపాటు వెళ్లి వెనుతిరిగి స్మశాన వాటికకు వచ్చింది.

అప్పటికే మృతదేహం ఖననం అయిపోయింది. అప్పుడు మృతుడి ఆత్మ దగ్గరలో వున్న పాడుబడిన బంగాళాలోకి వెళ్లి, అక్కడనే ఉంటోంది.

అప్పటినుంచి డాక్టర్ ని, సైంటిస్ట్ ని, గమనించి వెంట వెంట తిరుగుతోంది. ఈ విషయం వారికి తెలియదు. తరువాత సైంటిస్ట్ కి తన ప్రయోగం మీద మంచి నమ్మకం కుదిరింది. నేను ఇంకా రెండు, మూడు గంటల వరకు మృతులని బ్రతికించగలనని నమ్మకం, గట్టిగా సైంటిస్ట్ మనసులో కుదిరింది.

అప్పుడు డాక్టర్ విశాల్ దగ్గర సెలవ తీసుకొని సైంటిస్ట్ వెళ్ళిపోయాడు.

~~~~~~~~~~~~~

ఎపిసోడ్ 4

సైంటిఫిక్ - హారర్ - థ్రిల్లర్ - సస్పెన్స్ - డెడ్ - రిబిర్త్ - గోస్ట్స్ -అఘోరాస్ - ఎంటర్టైన్మెంట్.

రెండునెలల తరువాత భోం భోం:

డాక్టర్ విశాల్ సైంటిస్ట్ శ్యామ్ ప్రయోగాలు చేస్తూనేవున్నా, ఈ విషయం అందరికి, ఊరంతా తెలిసి పోయింది. డాక్టర్ విశాల్ చనిపోయిన వ్యక్తిని, ఒక గంట బ్రతికించగలరని, ఊరంతా గోల గోల, గుస గుస, అందరి నోళ్ళలో ఇదే మాట. ఆనోటా ఈనోటా, ప్రక్కగ్రామాలకి, పట్టణాలకీ, వార్త వ్యాపించింది. వార్తా పత్రికలలో, టీవీ చానెల్స్ లో, ఈ అద్భుత వార్త, ప్రసారమైంది.

డాక్టర్ మరియు సైంటిస్ట్ రెట్టింపు ఉత్సాహంతో మరల రెండు మూడు గంటల వరకు మృతుడిని బ్రతికించ గలుతున్నారు. ఏ ఈ ఇంజక్షన్ మందు ప్రభావం వలన మృతుడు లేచి వల్ల ఆత్మీయులతో మాట్లాడుతున్నాడు. అది చూసి డాక్టర్ విశాల్ సైంటిస్ట్ శ్యామ్ చాలా ఆనందించారు.

ఇలాంటి ఫలించిన ప్రయోగాల వల్ల బ్రతికి మరల చనిపోయిన వారి ఆత్మలు ఎక్కడికి వెళ్లలేక, డాక్టర్, సైంటిస్ట్ ల చుట్టూ వెంబడించటం ఆరంభించాయి. ఆ విషయం డాక్టర్ కి, సైంటిస్ట్ లకు తెలియదు. ఆత్మలు వీరిపై ఆగ్రహించి, వీరిరువు ఆటపట్టిస్తూ సతాయించడం మొదలు పెట్టాయి. ఒక ఆరు మృతుల ఆత్మలు మాత్రం, వీరిని వెంబడిస్తూ, భయ పెట్టడం, మరియు రక రకాల శబ్దాలతో ఏడిపించడం, ప్రారంభించాయి. ఉదయంపూట పాడుబడిన బంగళాలో ఉంటూ, రాత్రి సమయంలో వీరిద్దరిని వేధిస్తున్నాయి. ఈ విధంగా కొంత కాలం గడుస్తుంది.

~~~~~~
~~~~~~

ఎపిసోడ్ 5

విశాల్ చిన్నపుడు మరిపోయే ఘాటైన ఘటన:

విశాల్ కి 13 సంవత్సరముల వయసు వున్నప్పుడు ఫ్యామలీతో కలిసి ఆత్మకూరులో ఒక స్మశాన వాటిక దగ్గరలో ఉండేవాడు. ఈ వాటికకు కాంపౌండ్ వాల్ లేదు, లైట్స్ లేవు, సెక్యూరిటీ కానీ స్టాఫ్ కానీ లేరు. జనాలందరూ వోక వీధి నుండి వేరొక వీధి కి వెళ్లాలంటే, ఈ శ్మశానవాటిక లోపలనుండే వెళ్ళాలి. సాయంతరము 6 గంటల తర్వాత నిర్మానిష్యంగా ఉంటుంది. జనసంచారం లేదు. చిమ్మచీకటి. ప్రజలు భయపడేవాళ్లు. దయ్యాలు, భూతాలూ, ప్రేతపిశాచాలు, వుంటాయని ప్రజలందరికి ఒక సైకలాజికల్ గా హడల్. ఈ విషయం ప్రజల బుర్రల్లో నాటుకుపోయింది. రాత్రిపూట ఏ మనిషి ఈ శ్మశానవాటిక ద్వారా వేరే వీధికి వెళ్ళడానికి సాహసించేవారు కాదు. ప్రజలందరూ చాలా భయం భయం గా ఉండేవారు, దయ్యాలు భూతాలూ పిశాచాలుంటాయని.

ఆ రోజుల్లో అసలు ఎక్కువ జనాభా వుండేవాళ్ళు కాదు. కొద్దిమంది జనసంచారం మాత్రమే ఉండేది. చాలా తక్కువమంది వీధుల్లో తిరిగేవారు. జనాలు ఉండాలి కాబట్టి వుంటున్నారు. బ్రతకాలి కాబట్టి బ్రతుకుతున్నారు. జీవితాలు ఆలా సాగిస్తున్నారు.

విశాల్ 8 వ తరగతి చదువుతున్నాడు ఈ ఊళ్ళోనే. కొద్దిమంది పిల్లలు మటుకే విశాల్ కి ఫ్రెండ్స్. అదికూడా శ్మశానవాటికకు అవతల వీధిలో. ఒకటో, రెండో స్కూటర్లు. అసలు కార్ల (cars) అనే మాటే లేదు. సైకిల్ రిక్షాలు మాత్రమే వున్నాయి. కానీ విశాల్ వుండే ప్లేసులో సైకిల్ రిక్షాలు కూడా లేవు. అన్నీ చిన్న సందులు. చాలా నిర్మానిష్యంగా ఉండేవి. చాలామటుకు అన్నిప్రదేశాలు ఓపెన్ ల్యాండ్స్ చెత్తా చెదారాలతో ఉండేవి. ఓపెన్ ప్లేస్ ల్యాండ్స్ లో ప్రదేశాలు కావు అవి. అసలు షాప్స్ కానీ, బిజినెస్ కానీ, ఏవి లేని ప్రదేశం. చాలామంది విశాల్ వుండే ప్రదేశం నుండి వేరే ప్రదేశాలకు వలసకి వెళ్ళిపోయేవారు, చిన్న చిన్న పనులు చేసుకోవడానికి అదీ గత్యంతరంలేక

హాలిడేస్ లో విశాల్ మరియు కొద్దిమంది స్నేహితులు క్రికెట్ ఈ స్మశానవాటికలో ఆడుకొనేవారు. మళ్ళీ వేరే వీధికి విశాల్ వెళ్లాలంటే ఈ శ్మశానవాటిక నుండే కాలినడకన వెళ్ళాల్సి వచ్చేది.

ఒకరోజు రాత్రి 8 గంటలకు అర్జంటుగా విశాల్ అమ్మ చెప్పిన పనిమీద వేరే స్ట్రీట్ కి వెళ్ళాల్సి వచ్చింది, అదికూడా ఈ శ్మశానవాటిక నుంచే. యిక తప్పని పరిస్థితి ఏర్పడింది. విశాల్ వయస్సు 13 సంవత్సరములు ఉండడం వలన, అప్పటికి భయం అనేది తెలియదు. ధైర్యంతో సాహసించి, ఈ వాటిక నుండి వేరే స్ట్రీట్ కి వెళ్లడం మొదలు పెట్టాడు, విశాల్. అదికూడా ఒక్కడే.

విశాల్ కి, ఈ సమయంలో ఒక వింత అనుభవమ్ పేస్ చేసాడు. ఒక దైయ్యం లాంటి ఆకారం, తెల్ల చీర కట్టుకుని, కాళ్ళు కనబడకుండా, ఒక పెద్ద చేప లాంటి ఆకారం, అటు ఇటూ తిరుగుతూ, విశాల్ ని ఆటపట్టిచ్చింది. విశాల్ చాలా అబ్సర్వ్ చేసి అసలేంటో చీకట్లో అర్థం కాక, భయంతో సతమతమవుతూ, కొంచం బిగుసుకుపోయి ముందుకు సాగాడు. కొంత దూరం

వెళ్ళింతరువాత, విశాల్ కి ఇంకొక దైయ్యం లాంటి ఆకారం మళ్ళీ తెల్లటి చీర కట్టుకొని, చెప్పులు లేకుండా, పెద్ద చేప ఆకారంలో, విశాల్ దగ్గరకు రావడం మొదలు పెట్టింది. వెనుక చూస్తే ఒక తెల్లటి ఆకారం, ముందు చూస్తే ఇంకొక తెల్లటి ఆకారం, అసలు విశాల్ కు మతిపోయింది. మైండ్ బ్లాక్ అయింది. చమటలు పట్టాయి. అటు ఇటూ చూస్తూ కొద్దీ సేపు అలాగే ఆగిపోయాడు. ఈ రెండు ఆకారాలు గాలిలో ఎగురుతూ కొంచం శబ్దం చేస్తూ, భయం కల్పించే విధంగా, విశాల్ ని వెంబడిస్తూ, భయపెట్ట సాగాయి.

విశాల్ కి మతిపోయినట్లయింది. విశాల్ నిజంగా, ఆడవాళ్ళెవరో, ఈ ఆకారాలేంటో, గుర్తు పట్టగల తెలివితేటలు వున్నాయి. మరియు, మేధావి. విశాల్ డిసైడ్ చేసాడు. ఈ ఆకారాలు దయ్యామో, భూతమో, పిశాచామో, అయివుండాలని.

విశాల్ కొంచం ఫాస్ట్ గా మూవ్ అయ్యాడు. కానీ కాళ్ళు కదలడంలేదు. వొళ్ళంతా షాక్ కొట్టినట్లు ఫీల్ అయ్యాడు. వొళ్ళంతా చమటలు. అటు ఇటూ చూస్తున్నాడు. విశాల్ తన మనసులో అనుకున్నాడు.

అమ్మ చెప్పిన పనిని ఎట్లా అయినా చేసుకు రావాలని. ఒక్క క్షణం ఆలోచించాడు. అంతే. ధైర్యం తెచ్చుకున్నాడు. ఇక చూస్కో. స్టార్ట్ అని మనసులో అనుకొన్నాడు. కాళ్ళకి పనిపెట్టాడు. పీ టీ ఉష లాగ. స్ప్రింట్ రేస్ మొదలెట్టాడు. అంతే. పరుగు తీయడం ప్రారంభించాడు. అది సైన్టిలేటింగ్ రన్ (సైంటిల్లటింగ్). మొత్తం ఆయాసం. వొళ్ళంతా చమటలు. వేరే స్ట్రీట్ కి వెళ్ళాడు మొత్తానికి. కాళ్లకు దెబ్బలు తగిలాయి. ముళ్ళు గుచ్చుకున్నాయి. ఈ పరుగెత్తడంలో ఏం జరిగిందో కూడా తెలియదు, విశాల్ కి. అదే ఊపులో మళ్ళీ అదే పరుగు, అదే స్పీడ్. అంతే. ఇంటికి వచ్చి చేరాడు. ఇలాంటి సంఘటన విశాల్ కి మొదటిసారి. విశాల్ కొన్ని రాత్రులు నిద్ర పోలేదు. జ్వరం వచ్చింది. మనసు మ్సనసులో లేదు. గుండె గాబరా. స్కూల్ కి వెళ్లలేక డుమ్మా కొట్టేసాడు. అమ్మా నాన్నలు అడిగితె అసలు సంగతి చెప్పాడు. వాళ్ళు చాలామటుకు ఊరడించారు. వారం రోజుల తర్వాత విశాల్ కోలుకున్నాడు.

విశాల్ స్కూల్ కి వెళ్ళాడు. వాళ్ళ ఫ్రెండ్స్ కి జరిగినదంతా చెప్పాడు. ఫ్రెండ్స్ నమ్మలేదు. విశాల్

ఛాలెంజ్ చేసాడు. కుర్రతనం కదా. సరే అని ఫ్రెండ్స్ అన్నారు. ఒక రోజు అదే 8 గంటలకు విశాల్ ముగ్గురు ఫ్రెండ్స్ స్మశానవాటికలో వున్నారు.

అదే సంఘటన. అదే ఆకారాలు. అందరికి భయం భయం. పక్కనే వుంది పాడుబడ్డ బంగాళా. అందులో ఎవరూ నివసించడంలేదు. విపరీతమైన శబ్దాలు, అరుపులు, కేకలు, కుక్కల అరుపులు, ఏడుపులు, కీచురాళ్ళ శబ్దాలు. అంతే. విశాల్ ఫ్రెండ్స్ అందరూ ఎవరి ఇళ్ళకి వాళ్ళు, అసలు ఒకరితో ఒకరు చెప్పకుండా పరుగే పరుగు.

ఈ విషయం మర్నాడు స్కూల్లో వాళ్ళ వాళ్ళ ఫ్రెండ్స్ అందరికి చెప్పాడు. ఊరంతా తెలిసింది. చాలామటుకు ఈ శ్మశానవాటిక నుండి వెళ్లడం అందరూ మానేశారు. ఎందుకంటె డే టైం లో శవాలను పూడ్చటం, శవ దహనాలు, మృతుల బంధువుల ఆర్తనాదాలు, ఏడుపులు, కుక్కల అరుపులు, కొంతమంది అఘోరాల నిత్యకృత్య వికృత విపరీత చేష్టలు. ఇవన్నీ విశాల్ కి మనసు పాడై, కలత చెందాడు, బాధ పడ్డాడు.

ఈ ఘటన, విశాల్ మనసులో బాగా నాటుకు పోయింది. నిజంగా దైయ్యాలు, భూతాలూ, ప్రేతపిశాచాలు, ఆత్మలు ఘోషిస్తున్నారా, అని అనుకున్నాడు, విశాల్.

రోజలు గడిచాయి. విశాల్, పదవ తరగతి ఫస్ట్ క్లాస్ లో పాస్ అయ్యాడు. పై చదువుల కోసం పట్టణం వెళ్లి అక్కడ తన మెడిసిన్ కోర్స్ పాస్ అయ్యాడు (MBBS).

~~~~~~~~~~~~~
~~~~~~~~~~~~~

<u>ఎపిసోడ్ 6</u>

<u>శవాల దహనం - అసలు కారణం:</u>

మనిషి చనిపోయిన తర్వాత ఎందుకు దహనం చేస్తారో తెలుసా?

ప్రకృతి చాలా విచిత్రమైనది. అద్భుతమైంది కూడా. తాను తయారు చేసిన దానిని తానే నాశనం చేసే ఆటోమేటిక్ సిస్టంను నేచర్ తయారు చేసుకుంది. ఎం మనిషి తయారు చేసినవి తప్ప ప్రకృతి సహజసిద్ధంగా తయారు చేసే ఏ పదార్ధానైనా ఎటువంటి సంకోచం లేకుండా మళ్ళీ తనలో కలిపేసుకుంటుంది. దీనికి మానవ శరీరం అతీతం కాదు. ఐదు ప్రకృతి శక్తులు నీరు నిప్పు గాలి భూమి ఆకాశం ఇవే భూమ్మీద ఉన్న జీవకోటి కి ఆధారం. వీటినుంచే మానవ శరీరం పురుడు పోసుకుంది. అందుకే ప్రకృతి సిద్ధంగా ఏర్పడిన దేహాన్ని ప్రకృతిలోనే కలిపే పద్ధతే దహన సంస్కారం. మనం పుట్టకముందు లోకంలో మనకు సంబందించిన ఏవి లేవు. అలాగే మనం పోయిన తర్వాత కూడా మనకు

సంబంధించినవేవి ఈ ప్రపంచములో మిగలకూడదు అనే కాన్సెప్ట్ శవ దహనం.

దహనం ద్వారా అతని శరీరాన్ని పూర్తిగా అంతం చేయడం దీని వెనుక అర్థం. ప్రపంచంలో ఒక నిముషానికి లెక్కలేనంతమంది చనిపోతూంటారు. మరి శవాన్ని పూడుస్తూ వెళ్తుంటే కొంత కాలానికి మనుషులు ఉండే చోటుకంటే శవాలు ఉండటానికి కావలసిన చోటే చాలా ఎక్కువ అవసరంగా మారుతుంది. బహుశా ఈ విషయాన్ని ముందే గ్రహించారో ఏమో కానీ ప్రాచీన భారతీయులు శరీర దహనం పద్ధతినే పాటించేవారు.

మహాభారతంలో కురుక్షేత్ర యుద్ధం ముగిసిన తర్వాత దృతరాష్ట్రుడు గాంధారీ దేవి కుంతీ దేవి వానప్రస్థాశ్రమానికి చేరుకున్నారు. మానవ జీవితంలో ఆఖరున వచ్చేది వానప్రస్థాశ్రమమే. ఆ ఆశ్రమ నియమం ప్రకారం దట్టమైన అడవుల్లో తపస్సు చేసుకుంటూ కందమూలాలు తింటూ వారు బ్రతికే వారు. ఒక రోజు అడవిలో అగ్ని రాజుకుంది. శరవేగంగా మొత్తం అడవిని కబళించేస్తున్న అగ్నిని చూసి కూడా ఆ ముగ్గురూ బెదరలేదు. సంతోషంగా అగ్నికి ఆహుతైపోయారు.

అయితే అంతకంటే ముందు దృతరాష్ట్రుడు గాంధారీ కుంతీలతో అగ్నిలో సంభవించే మరణానికి ఎంత ప్రాశస్త్యముందో ఏ విధంగా ఉత్తమ గతులు ప్రాపించగలవో చెబుతాడు.

పంచభూతాలనుంచి ఏర్పడిన శరీరాన్ని అవే పంచభూతాల్లో కలిపేయడమే దహన సంస్కారాల ఆచారం వెనుక ఉన్న ప్రధాన కారణం. ప్రాణం విడిచిన దేహాన్ని అగ్నికి ఆహుతి చేస్తారు.

అలా కాలి భస్మంగా మారే పద్ధతిలో ఆకాశంలో గాలిలో శరీరం కలుస్తుంది. ఇక భస్మం కూడా భూమిలో మట్టిగా మారి కనుమరుగవుతుంది. ఆచారం పాటించేవారు ఆ భస్మాన్ని నీటిలో కలుపుతారు. దీంతో పంచభూతాలతో శరీరం తిరిగి ఐక్యమవుతుంది. ఇక అగ్ని గంగానది ఈ రెండూ ఈ లోకంలో అత్యంత పవిత్రమైనవి పునీతమైనవి అని పురాణాలు చెబుతున్నాయి. ఇక్కడ సమర్పించినవి దేవతలకు అందించేవాడు అని అగ్నికి దేవతల దగ్గర నుంచి మన దగ్గరకు వచ్చి పాపాలు కడుగుతుందని గంగకు పేరు. ఈ కారణం చేతనే బ్రతికినంత కాలం పాప భూయిష్టమైన

మానవ శరీరాన్ని పవిత్రుడైన అగ్నికి ఆహుతిచ్చి ఆ తర్వాత మిగిలిన చితాభస్మాన్ని పరమ పావని గంగలో కలిపేసి ఆ వ్యక్తికి ఉత్తమ గతులు సిద్ధించాలని ప్రార్థిస్తారు. ఇది దహన సంస్కారాల వెనుక ఉన్న అసలు కారణం

<u>ఎపిసోడ్ 7</u>
<u>డాక్టర్స్ కాన్ఫరెన్స్:</u>

డాక్టర్ విశాల్, సైంటిస్ట్ శ్యామ్ ఒక చర్చలో పాల్గొన్నప్పుడు అందరికీ అనేక సందేహాలు వచ్చాయి. అప్పుడు డాక్టర్ విశాల్ ఈ విధంగా వివరణ తనకు తెలిసిన విధంగా అందరికీ చెప్పాడు. కొంతమంది శ్రోతలు అడిగిన వాటికి ఈ విధంగా డాక్టర్ విశాల్ తెలియజేశాడు.

మరణం తర్వాత? ఏం జరుగుతుంది? ప్రతి మానవునికి ఇది ప్రశ్న మాత్రమే.

భూమితో ఇక సంబంధం తెగిపోయింది అనడానికి సూచనగా, మొదట, మరణానికి సుమారు 4-5 గంటల ముందు భూమితో అనుసంధానింపబడి ఉన్న చక్రాలతో సంబంధం తెగిపోతుంది. అందువలనే మీరు మరణానికి కొద్ది గంటలలో, చేరువలో ఉన్న వ్యక్తిని యొక్క అరికాలు పాదాలు గమనించారంటే. అవి చల్లబడుతున్నాయి అని తెలుసుకుంటారు.

సూక్ష వెండి తీగ:

అసలు ఏం జరుగుతుందంటే, ఆత్మకి అనుసంధానింపబడి ఉన్న వెండితీగ తెగిపోతుంది. ఎప్పుడైతే ఈ వెండితీగ తెగుతుందో, శరీరంలో అంతవరకు ఉన్న ఆత్మకి స్వేచ్ఛ లభించి శరీరం నుండి బయటకి వచ్చేస్తుంది. కానీ ఇంతకాలం ప్రేమించిన శరీరాన్ని వదిలి వెళ్లలేక, మళ్ళీ మళ్ళీ శరీరంలోకి ప్రవేశించి శరీర అంగాలను కదిలించడానికి ప్రయత్నిస్తుంది. ఒకవేళ మరణించిన వ్యక్తిని, మరణించిన వెంటనే సూక్షమంగా పరిశీలిస్తే, ముఖంలోనో లేక శరీర ఇతర అవయవలాలలోనో సూక్షమైన కదలికలు గమనించగలగుతారు.

అలా ఎందుకు జరుగుతుందంటే, ఆత్మ తన శరీరాన్ని కదలించడానికి ప్రయత్నించడం వల్లనే. మరణించిన కాసేపటికి శరీరం నూతనంగానే ఉంటుంది అయినా కూడా, వెండి తీగ తెగిపోవడం వలన, శరీరంలో దూరగలిగినా అక్కడ ఉండలేక పోవడం వలన, ఆత్మ ఇక శరీరం నుండి బయటకి వచ్చేస్తుంది. ఏదో ఒక శక్తి

వలన ఆత్మ, అలా శరీరం నుండి పైకి, ఇంకా పైకి ఆకర్షింపబడుతుంది.

భౌతికశరీరానికి ముగింపు:

శరీరంలో ఉన్నప్పటిలాగే ఆత్మా తన ప్రియమైన వాళ్లతో మాట్లాడుతుంది, నేను మరణించలేదు అని చెబుతుంది. కానీ, ఆత్మ మాట్లాడిన మాటలు వారికి వినబడవు. నెమ్మదిగా ఆత్మకి అర్థమవడం మొదలవుతుంది తాను ఇక తన శరీరంలో జేరలేనని. శరీరానికి సుమారు 12 అడుగుల ఎత్తులో ఆత్మ ఉండి, ఆ గదిలో జరుగుతున్న అన్ని విషయాలు వినడము మరియు చూడడము జరుగుతుంది. సాధారణంగా అంత్యక్రియలు జరిగేంతవరకూ ఆత్మ అలా సుమారు 12 అడుగులు శరీరానికి పైన వుంటుంది. మీరు ఇప్పుడు అర్థం చేసుకోండి, ఇకపై ఎక్కడైనా అంత్యక్రియలు కార్యక్రమం జరుగుతోంది అంటే, అక్కడ ఆ శరీరానికి సంబంధించిన ఆత్మ ఉండి, అక్కడ జరుగుతున్న అన్ని విషయాలు చూస్తూ, వింటూ ఒక సాక్షిభూతంగా వుందని.

భౌతికదేహంతో విడివడుట:

ఇక అంత్యక్రియలు కూడా జరిగాక, తన దేహానికి అంత్యక్రియలు చూసుకున్నాక, ఆత్మకి ఇక భూమిపై తన జీవనం లేదని మరియు పార్థీవ దేహం పంచభూతాలలో కలసిపోయిందని నిర్ణయించుకుంటుంది. అప్పటిదాకా తను దేహంలో ఉండడం వలన ఉన్న బంధాలన్నీ పూర్తిగా విడివడిపోవడం వలన, ఇక ఆత్మకి పూర్తి స్వేచ్ఛ అనుభవంలోకి వస్తుంది. ఆత్మ తలచుకున్న మాత్రానా ఎక్కడికైనా పోగల శక్తి వస్తుంది. తర్వాతి 7 రోజులు తాను దేహంలో ఉండగా తిరిగిన ప్రదేశాలు, తనకిష్టమైన అన్ని ప్రదేశాలను తిరిగి చూసుకుంటూ ఉంటుంది. 7 రోజులు ముగిసాకా, తన కుటుంబానికి, ప్రియమైన వారికి వీడుకోలు చెప్పుకొని, భూమిని దాటి గగనంలోకి వెళ్ళిపోతుంది.

ఆత్మప్రయాణం:

ఆత్మలలోకానికి వెళ్ళడానికి ముందు ఒక పెద్ద మార్గం గుండా ఆత్మ ప్రయాణం చేయవలసివుంటుంది.

అందువలన తర్వాతి 12 రోజులు అత్యంత ముఖ్యమైనవి. *ఈ 12 రోజులలో మనం జరుపవలసిన కార్యక్రమాలు చక్కగ నెరవేర్చవలసి వుంటుంది. మరియు మనం చేసిన తప్పులను క్షమించమని ఆత్మని అడగడము మరియు ప్రార్థించడము జరుపవలెను. అంత్యక్రియల తరువాత జరుపబడే కార్యక్రమాలు, ప్రార్థనలు, ఆత్మకి తన ప్రయాణంలో ఒక ఆహారంలాగా సహకరిస్తాయి. ఆత్మలలోకానికి అడుగుపెడుతున్నాను అన్న సూచనగా, మార్గం యొక్క ముగింపులో ఆత్మకి ఒక అతి పెద్ద వెలుగు కనపడుతుంది.

పూర్వీకులను కలసుకొనుట:

హిందువులు 11వ మరియు 12వ రోజున జరుపబడే ఇతర కార్యక్రమాలవలన, ఆత్మ తన పూర్వీకులను, ఆప్త మిత్రులను, బంధువులను మరియు తనకు మార్గనిర్దేశనం చేసిన వారిని కలసుకోవడం జరుగుతుంది. మనం భౌతికంగా ఎలాగైతే, మన దూరపుబంధువులు మన ఇంటికి వచ్చినప్పుడు ఆనందంగా కౌగిలించుకుంటామో, అదేవిధంగా ఆత్మలలోకంలో కూడా 12వ రోజున మరణించిన

పూర్వీకులు ఆ ఆత్మని అహ్వానించి మనస్ఫూర్తిగా కౌగిలించుకుంటారు. ఆ తర్వాత ఆత్మ యొక్క మార్గనిర్దేశకులు, ఆత్మని తను భూలోకంలో, భాద్యతవహించిన సంఘటనలను సమీక్షించుకోవడానికి, ఒక పెద్ద వెలుగువంటి బోర్డ్ ఉన్న ప్రదేశానికి తీసుకునివెళ్తారు. దీనినే *కార్మిక్ బోర్డ్* అంటారు. ఈ బోర్డ్ లో గత జన్మలో జరిగినదంతా చూపించబడుతుంది.

జీవితాన్ని పరిశీలించుకొనుట:

ఇచ్చట అంక్షపెట్టే వారు, నిర్ణయించేవారు ఎవరూ ఉండరు. ఎలాగైతే ఆత్మ భూమిపైన తన జన్మలో ఇతరులని నిర్ణయించిందో అంటే జడ్జ్ చేసిందో అలాగ ఇక్కడ తనని తానే జడ్జ్ చేసుకుంటుంది. భూమిపై ఎవరికైతే కష్టాలను కలిగించిందో అవన్నీ చూసుకొని తాను తప్పుచేసానని ఫీల్ అవుతుంది. తాను చేసిన తప్పుల నుండి జ్ఞానం పొందటానికి శిక్ష కావాలని కోరుకుంటుంది. ఈ విధమైన తన గత జీవితాన్ని పరిశీలించుకోవడం ద్వారా, రాబోయే తన జీవితానికి ఒక బ్లూప్రింట్ అంటే నఖలు లేదా ఒక ప్లాను

వేసుకుంటుంది. ఏలాంటి సంఘటనలని ఎదుర్కోనాలి, ఎలాంటి ఛాలంజ్ లను ఎదుర్కోనాలి, ఎలాంటి కష్టాలను అధిగమించాలి, ఇలాంటి ఎన్నో నిర్ణయాత్మక రచనలతో నఖలు తయారుచేసుకుంటుంది. ఇంకా చెప్పాలంటే, నిమిషాలతో సహా, వయస్సు, వ్యక్తులు, పరిసరాలు, సంభవాలు లేక సంఘటనలు అన్నీ, తాను ఎదుర్కోనవలసినవి రచించుకుంటుంది.

<u>నఖలు లేదా నమూనా:</u>

ఈ విధంగా మన తప్పిదాలకి మనమే బాధపడతాము మరియు శిక్షలు విధించుకుంటాము. ఒక ముఖ్యవిషయం చెప్పాలి అదే ఏమిటంటే, మీరు ఒక తప్పు చేసే దానికి 10 రెట్లు లేదా 20 రెట్లు అధికంగా భాదపడవలసి వస్తుంది అంటారు. అది నిజం కాదు. కానీ ఆత్మా తన గత జన్మ పరిశీలన చేసుకున్నాక ఎంత ఎక్కువగా బాధపడుతుందో అంత ఎక్కువగా శిక్షని విధించుకుంటుంది. ఒకోసారి 5 నెలలు ఒక వ్యక్తి తాను బాధపెట్టి వుంటే 2 సంవత్సరాలు తన రాబోయే జన్మలో బాధపడాలి అని కూడా నిర్ణయంతీసుకుంటుంది. అందువలనే, మీ భావోద్వేగాలని సరిచేసుకుంటూ ఉండాలి అని అంటూ

వుంటారు ఎందుకంటే, అవే తర్వాత కూడా మోసుకునిపోబడతాయి కాబట్టి. ఒకసారి ఈ నమూనా పూర్తిగా తయారుచేసుకున్నాక ఒక ప్రశాంతతో కూడిన కాలం ఆత్మకి అప్పుడు ప్రారంభమవుతుంది.

మరుజన్మ:

మన మరుజన్మ ఆత్మలలోకంలో తయారు చేసుకున్న నఖలు పై ఆధారపడి ఉంటుంది. జన్మకి మరుజన్మకి మధ్య 20 నుంచి 30 ఏళ్ళు పట్టవచ్చు లేదా ఇంకా ఎక్కువ కాలం కూడా పట్టవచ్చు. మన తల్లిదండ్రులను మనమే నిర్ణయించుకుంటాము. ఒకోసారి తల్లిగర్భంలో పిండం రూపుదిద్దుకుంటున్న సమయంలోనో లేక గర్భం దాల్చిన 4, 5 నెలకో, లేక పుట్టడానికి కొంత సమయం ముందో ఆత్మ ప్రవేశించడం జరుగుతుంది. ఈ సృష్టి ఎంత అద్భుతమైనదంటే పుట్టే తేదీ, సమయము మరియు స్థలమునకు తగినట్లు గ్రహముల అమర్చబడినాయి. చాలా మంది అనుకుంటూ ఉంటారు, నేను దురదృష్ట జాతకుడను, నాకు అదృష్టం లేదని కానీ అసలు విషయం ఏమిటంటే, నీ జీవితం మొత్తం కూడా, నువ్వు ఆత్మలలోకంలో

తయారుచేసుకున్న నకలు లేదా బ్లూప్రింట్ మాత్రమే. ఒకసారి మరుజన్మ తీసుకున్నాక, 40 రోజులదాకా బిడ్డ తన గత జన్మకి సంబందించిన జ్ఞాపకాలు అన్నీ కలిగివుంటుంది. అందువలనే ఒకోసారి సంబంధం లేకుండా నవ్వడమూ లేక ఏడ్వడమూ జరుగుతూ ఉంటుంది. 40 రోజుల తర్వాత, గత జన్మకి సంబందించిన అన్ని జ్ఞాపకాలు ఆటోమెటిక్ గా తుడిచివేయబడి, అసలు నాకు గతజన్మ అంటూ ఒకటి ఉందా అన్నంతగా మారిపోతాము.

<u>నకలు అమలుపరచబడుట:</u>

ఇక అప్పటినుండి నకలు లో లిఖించుకున్నది పూర్తిగా అమలులోకి రావడం ప్రారంభమవుతుంది. ఇక అప్పటి నుండి, మన సంఘటనలు తలచుకుని, ఇతరులను మరియు భగవంతుని దూషించడము ప్రారంభమవుతుంది. అందువలన మీరు ఇంకొకరిని వ్రేలెత్తి చూపే ముందర గుర్తుంచుకోండి, ఇతరులందరూ మీ నకలు లో మీరు పూర్తిగా మీ స్వంత ఇష్టంతో లిఖించుకున్న ప్రకారమే మీకు సహాయం చేస్తున్నారని. మనము ఏదైతే ముందరే జరగాలని

నిర్ణయించుకున్నామో అదే జరుగుతోంది. తలిదండ్రులు, బంధువులు, మిత్రులు, శత్రువులు, భాగస్వామి అందరూ కూడా మన జీవితంలోకి ఎందుకువస్తున్నారంటే, వారు అలా రావాలని మీరే నిర్ణయించుకున్నారు కాబట్టి.

మరణించిన తర్వాత ఆత్మలు భూమిపైనే తిరుగుతూ ఉండడానికి ఎన్నో కారణాలు ఉన్నాయి వాటిలో కొన్ని, చేయవలసిన పని మధ్యలో ఆగిపోవడం, అత్యంత దుఃఖం, గాయాల వలన మరణించడం, అనుకోని సమయంలో అంటే ఉన్నపలంగా మరణం సంభవించడము. ఏది ఏమైనప్పటికి ఆత్మకి 12 రోజుల గడువు మాత్రమే ఉంది, ఈ గడువులోపే తను చేయాలనుకున్నవన్నీ చేయగలగాలి. 12 రోజుల తర్వాత కొంతకాలం ఆగి, ఆత్మల లోకాల ద్వారం కూడా మూసివేయబడుతుంది.

అలా జరిగితే, ఆత్మల పరిస్థితి మరీ దయానీయకమై పోతుంది. ఎందువలన అంటే, అవి ఆత్మలలోకానికి వెళ్లలేవు, భూలోకంలో శరీరంతో వ్యవహరించడానికి మళ్ళీ జన్మ తీసుకోలేవు. అందువలననే మన

ప్రార్థనలు మరియు మరణించినవారికి జరుపబడే కార్యక్రమాలు అతి ముఖ్యమైనవి. అలా చేయడం వలన, ఆత్మలు తమ ప్రయాణాన్ని ప్రశాంతంగా సాగించి ఆత్మలలోకానికి వెళ్ళి చేరుతాయి. హిందూ సాంప్రదాయంలో ఆ 12 రోజులు దేవాలయానికి వెళ్ళడం నిషిద్ధం అని వుంది. మనము మరణించిన వారికి కాపాడుటకు వారు తమ గమ్యాన్ని చేరుటకు మన వంతు సహాయం చేయడం కూడా ఎంతో ప్రాధాన్యమైనదే.

మనకి మరణం లేదు, మరణం అనేది అంతం కాదు, అది ఒక విడిది సమయం మాత్రమే మళ్ళీ మనం కలుసుకోవడానికి.

———

ఎపిసోడ్ 8

ఇది నిజంగా జరిగిన కథ. డాక్టర్ విశాల్ ఒక సెమినార్ లో చెప్పిన విషయం.

డాక్టర్ విశాల్ ఒక డాక్టర్ల సెమినార్ లో మాట్లాడుతూ ఈ విధంగా, నిజంగా జరిగిన కథ చెప్పాడు. ఈ విషయం రష్యా లో జరిగింది.

రష్యాలో ఒక చోట, రష్యన్ తన బర్త్ డే పార్టీ ఒక వారం రోజులుగా అందరి ఫ్రెండ్స్ కలిసి ఒక హోటల్ బుక్ చేసుకున్నాడు. ఆ పార్టీలో vodka మరియు అనేక రకాల మందు, whisky, భోజనాలు ఎవరికి ఇష్టమైనట్లు వారు త్రాగుతూ, తింటూ ఎంజాయ్ చేస్తున్నారు. ఈ రష్యన్ అనే అతను, వాళ్ళ ఫ్రెండ్స్ అందరూ ఒక వారం రోజులు రూములు తీసుకొని ఉంటూ ప్రొద్దున లేదు, మధ్యాహ్నం లేదు, సాయంత్రం లేదు, రాత్రి ఒంటిగంట దాకా పార్టీ, పార్టీలు తప్ప వేరొకటి లేదు అంతా మందు మయం. పీకలదాకా మందు.

అందరూ పార్టీలో ఎవరికి ఇష్టం వచ్చినట్లు వారు

ఎంజాయ్ చేస్తున్నారు. అసలు అందరి తాగుడుకి లెక్కే లేదు.

ఇంతలో, మొదటిరోజు, ఈ రష్యన్ చాలా ఎక్కువగా తాగి డబల్ మనీ చనిపోయాడు ఆ హోటల్లో మరియు పార్టీ జరుగుతుండగా.

అందరూ కలసి ఉన్న ఒక డాక్టర్ని ఏం జరిగిందో అని చాలా ఫీల్ అయ్యారు. ఇంకేముంది, ఈ డాక్టర్ అన్ని విధాల, ఈ రష్యన్ చనిపోయాడు. ఇతనిని దగ్గరలో ఉన్న ఆసుపత్రికి అంబులెన్స్లో తీసుకువెళ్లారు కొంతమంది బంధువులు. చనిపోయిన రష్యన్ ని హాస్పిటల్లో కూడా బాగా టెస్టులు చేసి, పరీక్షించి చనిపోయాడు అని నిర్ధారించారు.

ఇలా ఉండగా, ఈ రష్యన్ అనే వ్యక్తి డెడ్ బాడీ ని హాస్పిటల్ లోని మార్చురీలో ఉంచారు.

ఈ రష్యన్, చనిపోయాడని మెమొరీ కోసం వారం రోజులపాటు పార్టీని కంటిన్యూ చేయడానికి నిశ్చయించుకొన్నారు. ఇంకేముంది, అందరికీ ఆనందం,

ఖుషి, ఇంకా వాళ్ళకి పట్టపగ్గాల్లేవు, అవధులు లేవు. ఒకళ్ళు చెప్తే అసలు వినే వాళ్లే లేరు. వాళ్లకి వాళ్లే సొంత డెసిషన్ లు తీసుకున్నారు. అందరూ పెద్ద ధనవంతులే, పైసా కొరకు అసలు దిగువ లేదు. ఒకళ్ళలో మించిన వాళ్లు ఒకరు. అందరూ ఆస్తిపరులు. అంతే. ఇంకేముంది. ఏరా మందేరా, త్రాగ రా మందు తాగారా, తినరా బ్రదర్ తిను. అంతే. చలో పార్టీ కంటిన్యూ.

ఈ పార్టీ ఇచ్చిన రష్యన్ కి, రెండు నిముషాలు శ్రద్ధాంజలి ఘటిస్తూ, మౌనం పాటించారు. ఏ పార్టీని కొనసాగాలి అని నిశ్చయించుకున్నారు. పార్టీ జరుగులోంది.

ఏముంది. అందరూ ఫుల్ గా ఉన్నారు. తింటున్నారు. బాతాఖానీ చేస్తున్నారు. డాన్సులు చేస్తున్నారు. caberett డాన్సులు చేస్తున్నారు. సిగరెట్లు త్రాగుతున్నారు. పేకాట ఆడుతున్నారు. బిలియర్డ్స్ ఆడుతున్నారు. అందరూ ఎంజాయ్.

ఇంతలో ఈ రష్యన్, అందరూ హాస్పిటల్ లో చూస్తుండగానే, మార్చురీ లోంచి లేచి, అటు, ఇటు, చూస్తూ, ఒంటరిగా లేచి నిలబడి పార్టీకి మళ్లీ

వచ్చేశాడు, ఒక టాక్సీ పట్టుకొని. అసలు హాస్పిటల్ లోని సెక్యూరిటీ గార్డులు, చాలా ఆశ్చర్యపోయి భయపడ్డారు. ఈ విషయం అందరి నోట్ల లో ఆడింది. అందరూ బంధుమిత్రులు ఆశ్చర్యపోయారు భయంగా. చనిపోయిన వ్యక్తి బ్రతికి మళ్లీ రావడం చాలా ఆశ్చర్యం చేస్తూ ఉన్నారు. మరల చాలామంది ఆ హోటల్లో అందరూ భయపడ్డారు.

ఇలా పార్టీ ఒక వారం రోజులు జరిగింది. ఈ పార్టీలో. ఈ చనిపోయి బ్రతికిన రష్యన్, భలేగా త్రాగుతూ, తింటూ, డాన్సులు చేస్తూ, అందరితోపాటు ఆడుతూ పాడుతూ ఎంజాయ్ చేస్తున్నాడు.

చివరి రోజున ఈ రష్యన్ చిత్తుగా తాగి తిని అర్ధరాత్రి 12 గంటల సమయంలో అందరూ చూస్తుండగానే మళ్లీ క్రిందపడి చనిపోయాడు. ఈ విషయం పోలీసువారికి కూడా చెప్పి, అంబులెన్స్ లో ఈ మరల చనిపోయిన రష్యన్ నీ ఆసుపత్రికి తీసుకొని వెళ్లారు. మొదట ఏ హాస్పిటల్ కు తీసుకెళ్లారు అదే హాస్పిటల్ కు తీసుకుని వెళ్లారు. హాస్పిటల్ వర్గాలు, డాక్టర్లు, నర్సులు ఈ విషయం తెలిసి చాలా భయపడ్డారు. చివరికి డెత్

సర్టిఫికేట్ హాస్పిటల్ వారు ఇచ్చి ఈ చనిపోయిన రష్యన్ డెడ్ బాడీ ని వారి బంధుమిత్రులకు అప్పగించారు. ఈ రష్యన్ డెడ్ బాడీ ని అతని ఇంటికి తీసుకువెళ్లారు వారి బంధువులు.

ఇంకేముంది, అందరూ ఆ హోటల్లో మత్తులో జోగుతున్నారు. ఈ పార్టీ ఇచ్చిన, మరల చనిపోయాడు అన్న విషయం అందరికీ పార్టీ అయిపోయిన రెండు రోజుల తర్వాత తెలిసింది. అయ్యో పాపం అనుకున్నారు. మొత్తానికి పార్టీ బాగా జరిగింది. అందరూ హ్యాపీ ఫీల్ అయ్యారు. కానీ పార్టీ ఇచ్చిన రష్యన్ కి జోహార్లు అర్పించారు. హోటల్ మొత్తం బిల్లు, ఈ చనిపోయిన వ్యక్తి బంధువులు పే చేశారు.

ఈ విషయం రష్యాలోని లోకల్ న్యూస్ పేపర్ లో వచ్చింది.

ఈ విషయం డాక్టర్ విశాల్, తన డాక్టర్ల సెమినార్ లో పాల్గొన్న వారికి చెప్పేసరికి అందరూ ఆశ్చర్యపోయారు ఇంకను నివ్వెరపోయారు.

~~~~~~~~~~
~~~~~~~~~~

Episode – 9 కాలమె కాటేస్తే

కాలమె కాటేస్తే - కోపమే తాపమై
కాలంతో జగడం - లోకంతో పబ్బం
శాపాల పాపినై - దారిద్ర్య బంధంలో
నను నేనె మరిచా- ఈ కష్టాల మైకంలో//ఇంతేరా లోకము
- ఇదేరా జీవనము//

అపస్వర రాగము
అపార్థాల లోకము
తూర్పున ఉదయించే సూర్యుడు
పడమట వెలుగొందే చంద్రుడు//కాలమె కాటేస్తే//

కలలోని కావ్యమా - కాషాయ లోకమా
భువిలోని మనిషికి - మతిచెదిరే భాష్యము
ఓ గారాల కాలమా - నీవింత కఠినమా
నయనాల శున్యము - ఈ లోకమంతా భారము//కాలమె
కాటేస్తే//

మణులున్న సంద్రమా
నీకెందుకింత ద్వేషము
శ్వాసున్న జీవము

ఓ సుకుమార ప్రాణము // కాలమె కాటేస్తే //

కాలం చెల్లె ఈ లోకంలో - మనుగడ లేని ఈ జీవం
నమ్మించే ఓ కాలమా - మోసమే నీ నైజమా
జాలిలేని కాలమా - ఎందుకింత శాపము
చివరకు కాటిలోన బూడిదాయె దేహము // కాలమె కాటేస్తే //

ఎందుకురా ఈ ఆరాటాము
ఇంతేరా జీవితం
మోసపోయిన జీవి
గాలిలో కలిసే ప్రాణం // కాలమె కాటేస్తే //

ఇంతేరా జీవితం
ఇదేరా లోకము // కాలమె కాటేస్తే //

ఎపిసోడ్ – 10

డాక్టర్ల కాన్ఫరెన్లో, ఒక డాక్టర్ ఇలా చెప్పాడు:

డాక్టర్ 'A': నేను చాలా విన్నాను, అందరి డాక్టర్ల మనోభావాలను. అసలు సంగతికి వస్తే ఈ ఆత్మలు, దయ్యాలు, పిశాచాలు, భూతాల గురించి మరియు అఘోరాల గురించి కూడా వింటున్నాను. నిజమే. ఇలాంటి సంఘటనలు జరుగుతున్నాయని. నేనే వీటికి సంబంధించిన వాటిని గురించి కొంచెం సేపు మాట్లాడతాను. చెప్పి, ఈ డాక్టర్ ఎలా మాట్లాడాడు చూడండి.

1) అసలు దయ్యాలు అంటే ఏమిటి? మనిషి చనిపోయిన తర్వాత, ఆత్మలు ఏమవుతాయి? ఒక ప్రదేశం నుండి ఇంకొక ప్రదేశానికి వెళతాయి అంటారు.

2). మనం చనిపోయిన తర్వాత ఎటు వెళ్తాము?

3). ఎవరు డిసైడ్ చేస్తారు మన ఆత్మలు ఎటు పోవాలని మనం చనిపోయిన తర్వాత?

4). మనం చనిపోయిన తర్వాత మనం అవుతాం?

5). ఎవరు దయ్యాలు అవుతారు? ఎందుకు దయ్యాలు గా మారుతారు?

6). అసలు రీజన్స్ అయి ఉంటాయి మనం దయ్యాలు గా మారడానికి చనిపోయిన తర్వాత?

7). ఈ దయ్యాలు, స్పిరిట్ లు నిజమా, లేక ఉత్తుత్తిదేనా?

8). అసలు చనిపోయిన తర్వాత, మృతుడి ఆత్మ ఎంత కాలం తన బంధువుల దగ్గర ఉంటుంది?

9). చనిపోయిన తర్వాత, ఆత్మలో ఎంతకాలం వరకు మళ్లీ వేరొక జన్మ లోకి ప్రవేశిస్తాయి?

10). ఆఫ్టర్ లైఫ్ అంటే ఏమిటి?

11). జీవితం యొక్క పర్పస్ ఏమిటి?

12). అసలు లైఫ్ అంటే మీనింగ్ ఏమిటి?

13). అసలు దయ్యాలు గా ఎందుకు మారుతారు?

14). స్ట్రాంగ్ Ego అంటే ఏమిటి?

ఇలాంటి ప్రశ్నలన్నీ, కాన్ఫరెన్స్లో మాట్లాడాడు ఒక డాక్టర్.

ఇవన్నీ ఒక ఎత్తు అయితే మరికొందరు అనాటమీ గురించి మాట్లాడారు. అన్ని విషయాలు, మానవ శరీరం లోని భాగాలను వాటి శక్తిని, వాటి పరిణామాలను మాట్లాడారు. ఈ డాక్టర్స్ కాన్ఫరెన్స్లో చాలామంది

స్పెషలిస్ట్ డాక్టర్ లు వారి వారి అభిప్రాయాలను చెప్పారు.

రెండు రోజుల కాన్ఫరెన్స్ జరిగింది, ముగిసింది కూడా. అందరు డాక్టర్లు వారి వారి ప్రదేశాలకు వెళ్ళి పోయారు.

_____

ఎపిసోడ్ 11

స్మశాన వాటికలో ఆర్తనాదాలు:

డాక్టర్ విశాల్, సైంటిస్ట్ శ్యాం, చనిపోయిన వారిని బ్రతికి ఇస్తారని ఊరంతా ప్రచారమైంది. ఈ విషయం అఘోరాల కి తెలిసింది. ఆ స్మశానవాటిక దగ్గర ఉన్న పాడుబడిన బంగళాలో ఈ అఘోరాలు నివసిస్తున్నారు. అఘోరాలు స్మశాన వాటికలో ప్రవేశించి వారి రీతిలో తాంత్రిక పూజలు జరపడం మొదలుపెట్టారు. మృతదేహాల తాలూకు వాళ్లతో అఘోరాలు కలిసి మీ వాళ్ళ ఆత్మ తో మాట్లాడిస్తా ము అని చెప్పారు. ఈ మాటలకు మృతుడి బంధువులు భయపడ్డారు. వారితో కొంతమంది సుముఖత చూపించారు. మిగతావాళ్లు వారిని వారించారు. పోయిన వారి పోయారు, ఇవన్నీ మనకెందుకు అని భయపడ్డారు. అఘోరాలు వారిని నమ్మించడానికి కొన్ని ఆధారాలు చూపిస్తూ కలిగించడానికి ప్రయత్నిస్తున్నారు. ఇంతలో వీరి సంభాషణ జరుగుతుండగా వర్షం ప్రారంభం అయినది. ఆ సమయంలో ఒక మృతదేహాన్ని తీసుకువచ్చారు. కర్మ సన్నాహాలు జరుగుతున్నాయి. వర్షం చాలా పెద్దది అయి, వాతావరణం భయంకరంగా ఉన్నది. ఆకాశంలో

ఉరుములు, మెరుపులు వస్తున్నాయి. ఒకవైపు మృతుడు బంధువుల రోదనలు, ఇంకొకవైపు అఘోరాల నికృష్ట తాంత్రిక పూజలు, అరుపులు, గంజాయి వాసనలు, నికృష్ట చేష్టలు, చేస్తూ ఆత్మలను ఆహ్వానిస్తున్నట్లు భయంకర చేష్టలు చేస్తున్నారు.

మృతదేహాన్ని అక్కడే వదిలేసి వచ్చిన వారందరూ భయంతో కొంచెం దూరంగా ఉన్న షెడ్యూల్లోకి, చెట్ల కిందికి పరుగులు తీశారు. ఆ సమయంలో చనిపోయిన వ్యక్తి లేచి కూర్చుని, వర్షంలో తడుస్తూ, ఏడుస్తూ అయోమయంగా దిక్కులు చూస్తున్నాడు. ఇంతలో ఆ వ్యక్తి బంధువులు భయపడి, భయానికి కొంతమంది మిత్రులు, బంధువులు, స్మశాన వాటిక ని వదిలి పారిపోయారు. కొంతమంది ఆ వ్యక్తి దగ్గరికి వచ్చారు. వారిని చూసి చనిపోయిన వ్యక్తి లేచి గట్టిగా, నాకేమీ జరిగింది, నేనెందుకు ఇక్కడ ఉన్నాను, నన్నెందుకు ఇక్కడికి తీసుకు వచ్చారు, అని ఏడుస్తూ అడిగాడు.

ఆ వ్యక్తి బంధుమిత్రులు అతనిని లేపి మెల్లిగా ఇంటికి తీసుకు వెళ్లారు. తరువాత వాళ్లు చనిపోయినట్లు ధృవ పత్రము ఇచ్చిన డాక్టర్ను పిలిపించారు. డాక్టర్ కి

స్మశానం లో జరిగినది వివరించారు. అప్పుడు డాక్టర్ తిరిగి పరీక్షలు చేసి కొన్ని మందులు, ఇంజక్షన్లు ఇచ్చి విశ్రాంతి ఇవ్వమని చెప్పాడు. కొద్ది సేపటిలో ఈ వ్యక్తి నిదురించాడు. బంధువులు, డాక్టర్ని ఈ విధంగా అడిగారు. మీరు చనిపోయినట్లుగా నిర్ధారించారు మా వాడిని. తిరిగి బ్రతికాడు. ఎందువలన. డాక్టర్ ఆ ఇంటి వాళ్లకు వివరిస్తూ, అతని అదృష్టము. ప్రపంచంలో కొన్నిచోట్ల, కొంతమందికి ఇలా సంభవిస్తూ ఉంటుంది. ఈ మరణ దృవపత్రం డాక్టర్ తీసుకొని వెళ్ళిపోయాడు. వెళుతూ డాక్టర్, ఇతనిని త్వరగా మంచి ఆస్పత్రికి తీసుకుని వెళ్లి అన్ని పరీక్షలు చేయించు అన్నాడు. కొంతకాలం వరకు తిరిగి బ్రతికిన మనిషి తో మాట్లాడుటకు, కలుసుకొనుటకు, చాలామంది భయపడ్డారు.

_____

ఎపిసోడ్ -12

(ఈ కథ నిజంగా 50 సంవత్సరాల క్రింద జరిగినది)

అఘోరాలు వారి చేష్టలు:

అఘోరాల తంత్ర సాధన చాలా ఊహించలేనిది. అన్ని ఒక రీతిగా ఉంటాయి. చాలామంది అఘోరాలు స్మశానంలో, ఆడవులలో, శివ ఆలయాలు, మనిషి సంచారం లేని చోట్ల, వారణాసిలోని హరిశ్చంద్ర ఘాట్ లో ఉంటారు. మీరు ఎక్కువగా కనిపించే ప్రదేశాలు - tarapith స్మశాన వాటిక (పశ్చిమ బెంగాల్), కామాఖ్య ఫీట్, గౌహతి (అస్సాం), త్రయంబకేశ్వర్ (నాసిక్), మహా కమలేశ్వర్ (ఉజ్జయిని).

వీరి తంత్ర సాధన చాలా భయానకంగా ఉంటుంది. వీరు శివ భక్తులు గా ఉంటారు. వీరు హిందూ దేవుడైన శివుని కొలుస్తారు. వేరు స్మశానవాటికలో సంచరిస్తూ అక్కడే సాధనలు చేస్తూ ఉంటారు. వీరి సాధనలు చాలా వికృత చేష్టలతో ఉంటాయి. సామాన్య జనులకు భయంగొలిపే టట్లుగా ఉంటాయి. వీరు ఎక్కువగా, బాబా kinaram, అనే గురువుని, ఉపదేశాలను అనుసరిస్తారు.

చాలామందికి, అమాయక ప్రజలను చంపేస్తారని అనుమానంతో ప్రజలు ఉంటారు.

వారి దగ్గరికి ఎవ్వరూ పోరు. వారికి సంఘ జీవులలతో సంబంధం లేదు. వారు గుప్త జీవనం సాగిస్తూ ఉంటారు.

వారి పవిత్ర గ్రంథం "అవధూత గీత.

<u>**నిజంగా జరిగిన కథ అమెరికా జర్నలిస్ట్ పరిశోధన అఘోర మీద: (50 సంవత్సరాల కింద జరిగిన కథ)**</u>

ఒక నాడు అడవిలో ఒంటరిగా నివసిస్తున్న ఆఘోరా నీ, కలవడానికి, అమెరికా ఆ దేశస్థుడైన "పాల్ బ్రంటన్" అనే ఒక పరిశోధకుడు మరియు జర్నలిస్ట్, భారతదేశానికి అఘోరాల యోగ విద్యను, తాంత్రిక విద్యలు, మంత్రతంత్రాలను, స్వయంగా తెలుసుకుని పంపించారు కొంతమంది అమెరికా ధనవంతులు. అమెరికా వాస్తవ్యులైన ధనవంతులు వీరిని (ఆఘోరాలను) గురించి, అన్ని పరిశోధనలు చేసి పంపించారు. అప్పుడు 'పాల్ బ్రంటన్' ఒక అడవి ప్రాంతంలో నివసిస్తున్న ఆఘోరాన్ని కలవడానికి, ఆ ఊరిలోని అన్ని ప్రదేశాలు తెలిసిన ఒక వ్యక్తిని కలుస్తారు ఈ 'పాల్

బ్రంటన్'. తను వచ్చిన విషయం చెప్పి అఘోరా వద్దకు వెళ్దామని అడిగాడు. అప్పుడా వ్యక్తి భయపడి, నేను రాను, అని అన్నాడు. ఈ ఊరి జనం, అంతా అతనికి భయపడతారు. అఘోరా జనాన్ని చూడగానే వారి మీద రాళ్లు రువ్వుతూ భయంకరంగా ప్రవర్తిస్తాడు. అప్పుడు "పాల్ బ్రంటన్" నచ్చచెప్పి తన యొక్క గుర్తింపు కార్డుని చూపెట్టి, వచ్చిన పని గురించి చెప్తాడు. అప్పుడా వ్యక్తి కొంచెం సేపు ఆలోచించి, భయం భయం తో ఒప్పుకున్నాడు. వారిరువురు కలిసి ఆ అడవి ప్రాంతానికి వెళ్లారు.

వీరిరువురిని చూడగానే, అక్కడ ఉన్నటువంటి అఘోరా రాళ్లు విసురుతూ భయంకరంగా అరుస్తూ, వికృత నికృష్ట చేష్టలు చేస్తూ భయపెట్టే సాగాడు.

ఆయనను వీరిరువురు అతని రాళ్ళని తప్పించుకుంటూ, మెల్ల మెల్లగా అతని దగ్గరకు వెళ్లారు. అప్పుడా అఘోరా వారి ఉద్దేశాన్ని గమనించి ప్రశాంత వదనంతో చూశాడు.

దగ్గరగా వచ్చిన తర్వాత వాళ్ళని పిలిచి అతని భాషలో ఒక ప్రదేశంలో ఉన్న పెద్ద రాతి బండ ను చూపించి

కూర్చోమన్నాడు. "పాల్ బ్రంటన్" మరియు ఇతనితో ఆ వచ్చిన వ్యక్తి కూర్చున్నారు. అఘోర భాషని, భారతీయుడు "పాల్ బ్రంటన్" కి వివరించి చెప్పాడు. మీరెందుకు వచ్చారు అని అడిగాడు అఘోర. మీ యొక్క జీవన విధానాలను, మీ యోగ విద్యలు, తాంత్రిక విద్యలు, మంత్ర సిద్ధ విజయాలు మరియు విద్యలు, తెలుసుకుంటాను, అని అన్నాడు.

అప్పుడు అఘోరా సుముఖత తో వారిని అతిధులుగా భావించి తన వద్ద ఉన్న మృతదేహం నుంచి కొంచెం మాంసపు ముద్ద ని భారతీయుడు తో చెప్పాడు. ఆ వ్యక్తి భయపడ్డాడు. అయినను అఘోరా శాంతంగా చూశాడు. ఆ వ్యక్తికి కొంచెం ధైర్యం తెచ్చుకుని అఘోర ఇచ్చిన కత్తి తీసుకుని మృతదేహం దగ్గరికి వెళ్లాడు. ఈ మృతదేహం కొంచెం దూరంలో ఉన్న ఒక నది దగ్గర చెట్టు కింద ఉన్నది. భయంతోనే కళ్ళు మూసుకుని ఆ దేహం నుండి కొంచెం మాంసం ముద్దని తీసుకువచ్చాడు. దాని కోస్తున్నప్పుడు అతని వేలు కూడా కోసుకున్నది. రక్తం కారుతున్న చేతిలో ఆ మాంసం ముద్దని తెచ్చి అఘోరా కి ఇచ్చాడు ఆ భారతీయుడు. “పాల్ బ్రంటన్” ఇదంతా చూస్తూ అర్థం చేసుకుంటున్నాడు.

అఘోర ఆ వ్యక్తి యొక్క రక్తం కారుతున్న, వేలుని చూసి, తన చేతితో ఆ వేలిని పట్టుకొని, ఓ భగవంతుడా, నీవు రక్త ప్రసరణ లో ఉన్నావు, అన్నాడు అఘోర. అంతలో అఘోరా ఆ భారతీయుడి వేలుని వదిలివేశాడు. ఆశ్చర్యంగా అతని వేలు మామూలుగానే ఉన్నది. ఇది చూసి "పాల్ బ్రంటన్" అఘోరా శక్తిని తెలుసుకున్నాడు. ఆశ్చర్యపోయారు ఇద్దరు.

అప్పుడా అఘోర భారతీయుడిని దగ్గర్లో ఉన్న చిన్న మట్టి పాత్రని తీసుకువచ్చి, ఆ మాంసం ముద్దని వేసి. దానిలో నీళ్ళు పోసి, కట్టెలు వెలిగించి, ఆ మంట మీద. ఈ చిన్న మట్టి పాత్రని పెట్టమన్నాడు అఘోరా. ఇంకా దగ్గరగా ఉన్న చెట్టు ఆకులను పిందెలతో శాతం అన్నాడు.

పిందెలను, కొద్ది ఆకులను. మట్టిపాత్రలో వేయమన్నాడు. మట్టి పాత్ర పై ఆకులో కప్పమన్నాడు. కొద్దిసేపు అయిన తర్వాత, రెండు ఆకులను, ఇద్దరి ముందు ఉంచి, ఈ మట్టి పాత్రలో ఉడికిన దానిని ఆకులో వేయమన్నాడు అఘోర. ఆశ్చర్యంగా ఆ ఆకులో వేసినవి,' రసగుల్లాలు గా ఉన్నాయి. అప్పుడు అఘోర'

వాటిని రుచి చూడమన్నాడు. పాల్ బ్రంటన్ మరియు భారతీయుడు ఈ రసగుల్లాలను తినగానే, ఎంతో రుచికరంగా అనిపించాయి. అప్పుడు భారతీయుడు మరియు పాల్ బ్రంటన్ ఇలా అన్నారు.

వీటిని రసగుల్లాలు అంటారు. కానీ ఇవి వాటి కన్నా మధురం గా ఉన్నాయి.

దీనినే అఘోర తంత్ర విద్య అంటారు. ఇంకా అఘోరాల అన్ని విషయాలు తెలుసుకుని వారి మేధస్సుని అభినందించి, వారికి తాను తెచ్చిన బహుమానాలను ఇచ్చి, ఎంతో ప్రశంసించి, తనకు సహకరించినందుకు మెచ్చుకొని, పాల్ బ్రంటన్ మరియు భారతీయుడు వెళ్లిపోయారు.

———————

Episode - 13

సైంటిఫిక్, థ్రిల్లర్, హారర్, సస్పెన్స్, డెడ్ and రిబర్త్, గోస్ట్, aghoras, క్లబ్బు, పబ్, caberett, race, bar and entertainment స్టోరీ.

స్మశాన వాటికలో మరియు వ్యాళ్ళో చీకట్లో పాట:

కాళరాత్రి -

ఈ నిశీత నిశ్శబ్దంలో
కాళరాత్రి వేళలో
చూసాను గగుర్పొడిచె
వికృత రూపం //

ఆర్తనాధాలు, రోదనలు
భయంకర సన్నివేశాలు
మనసులు చెదిరి
బంధములే విడిపోయె //ఈ నిశీత //

హాహాకారాలు
భయానక కాటి దృశ్యాలు
కాలుతున్న శవాలు

శునకముల అరుపులు //ఈ నిశీత //

పిశాచముల ప్రేతాత్మల అలజడి
గుండెలదిరె ధ్వనులు
కాటిలోన కాలి బూడిదై
ఎముకలే మిగిలె చితిలోన //ఈ నిశీత //

కలిసె భస్మంబు గంగ లోన
మిగిలె కడసారి జ్ఞాపక వీడ్కోలు
మునిగె చివరి తర్పణములీయ
కాశీ, ప్రయాగ త్రివేణి సంగమంలో //ఈ నిశీత //

ఎపిసోడ్ 14

పాడుబడ్డ బంగాళా, ఆత్మఘోష, దయ్యాల ఉనికి:

ప్రతిరోజు, స్మశాన వాటికలో అఘోరాలు చేసే తాంత్రిక పూజలు, ఎక్కువయ్యాయి. మృతదేహాలను చనిపోయిన వారి కుటుంబీకులు ఈ స్మశానవాటికకు రావడం, దహనకాండలు చేయడం, ఏడుపులు, పెడబొబ్బలు, అఘోరాల నిత్యకృత్య, నికృష్ట, నీచ, అతి భయంకర, మతిపోయే పద్ధతిలో, చనిపోయిన వారి ఆత్మల స్వాగతం చేయడం, మామూలైపోయింది. మృతుల బంధువుల లో నిరాశ, నిస్పృహ, చూసి కొంతమంది అఘోరాలు మృతుల బంధువుల ఆర్తనాదాలను, రోదనలను, గమనిస్తూ వారిని ప్రలోభాలకు గురిచేసి. పీడించే దుస్థితికి దిగజారారు, ఈ అఘోరాలు. రాత్రిపూట అఘోరాలు అందరూ కలిసి త్రాగడం, గంజాయి సేవించడం, సిగరెట్లు త్రాగడం, మాంసాహారాలు భుజించడం, చిత్తుగా, మత్తుగా పాడుబడ్డ బంగాళా లో నివసించడం చిందులు తొక్కుతూ ఉండడం, పరిపాటి అయిపోయింది. ఆది ఈ ఆ ఘోరాలకు రోజువారి కార్యక్రమం లా తయారైంది.

ఒకరోజు, కొన్ని దయ్యాలు పాడుబడ్డ బంగళాలో ప్రవేశించి ఆ ఘోరాలను తీవ్రంగా ఏడిపించే సాగాయి. అందుకు అఘోరాలు ఏమి చలించక వారి పద్ధతిలో వారు ప్రతిరోజు జీవనం నిత్యకృత్యాలు సాగిస్తున్నారు.

దయ్యాల గోల, పిశాచాల గోల, భూతాల గోల, ప్రేతాత్మల గోల ఎక్కువైపోయి అటువైపు వచ్చే పోయే వారిని సతాయిస్తూ, అరుపులు కేకలతో భయభ్రాంతులను చేస్తూ ఉన్నాయి, అఘోరాల ఉనికిని, దయ్యాల గోలకు, భయపడి, ఆ ఊరి ప్రజలు, ఆ ప్రదేశం చుట్టుపక్కలకు కూడా వెళ్లడానికి జంకేవారు.

ఊరంతా తెలిసిపోయింది ఈ విషయం, ఈ స్మశాన వాటిక, పాడుబడ్డ బంగారాల కథ. ఇది ఒక బూత్ బంగాళాలా తయారయింది.

ఈ బంగళా ఓనర్ కూడా బిల్లింగ్ డెవలప్మెంట్ కి ఇస్తానంటే, ఏ బిల్డింగ్ డెవలప్మెంట్ డెవలపర్ ముందుకు రావట్లేదు.

ఎపిసోడ్ 15

కొత్త డెడ్ బాడీ స్మశానానికి తెచ్చిన రోజు:

ఒకరోజు, ఒక పలుకుబడి గల వ్యక్తి చనిపోయిన దేహాన్ని స్మశానవాటికకు బంధుమిత్రులు తీసుకువచ్చారు.

కొద్ది గంటల దాకా మందు ఇంజక్షన్ ఇచ్చి బ్రతికిఇచ్చిన డాక్టర్ విశాల్, సైంటిస్టులను తీసుకువచ్చి బ్రతికించే ముందు మందును, ఈ మృతుడికి ఇవ్వాలని అనుకున్నారు. అదేవిధంగా డాక్టర్ మరియు సైంటిస్లను అభ్యర్థించి, ఫార్ములా తయారు చేసిన మందులు, ఈ పలుకుబడి కలిగి చనిపోయిన మృతదేహానికి ఇవ్వాలని కోరారు. అదేవిధంగా ఈ ఫార్ములా మందును మృతదేహానికి ఇంజక్షన్ ఇచ్చేశారు.

కొద్దిసేపటికే మృతుడు మెల్లిమెల్లిగా ఈ భూమి ఊహల్లోకి వచ్చి, కళ్ళు తెరిచి, మెల్ల మెల్లగా పెదవులు కలిపి మాట్లాడసాగాడు. అందుకు డాక్టర్ మరియు సైంటిస్టులు సంతోషించారు.

మృతుడు మెల్లిగా మాట్లాడడం మొదలు పెట్టాడు. ఒక మూడు గంటల వరకు మల్లిగా ఆ మృతుడి బంధువులు

అడిగిన చాలా ప్రశ్నలకు జవాబులు చెప్పాడు. అందుకు, చనిపోయి బ్రతికిన మృతుడి బంధువులు చాలా బాధ తో కూడిన సంతోషాన్ని అనుభవిస్తూ మనస్థాపానికి మాటిమాటికీ గురవుతూ ఉన్నారు. ఎందుకంటే కావలసిన మనిషి మరలా రెండు లేక మూడు గంటలకే మరణిస్తాడని తెలిసి ఆవేదనను తట్టుకోలేక బాధ పడుతూ ఉన్నారు.

అదేవిధంగా మూడు గంటల తర్వాత ఆ వ్యక్తి యొక్క మందు ప్రభావం తగ్గిపోయిన తరువాత, చనిపోయాడు ఆ మృతుడు.

మృతుని బంధువులు మిత్రులు దహన సంస్కారాలు చేస్తుండగా అఘోరాలు కూడా మృతుడి బంధువులను కలవడం, సతాయించడం, ఆత్మలతో నే మాట్లాడి ఇస్తాను అనడం, బంధువులు అందుకు వద్దనడం జరిగింది. కొంతమంది ఏం మృతుడి మిత్రులు ఆత్మలను మాట్లాడుదాము అనగా, ఇలా అన్నారు మృతుడి బంధువులు. "పోయిన వాడు పోయాడు". ఎటు వెళ్ళిపోయాడు. ఇక రాడు. మన అన్ని విషయాలు మాట్లాడాము. ఆస్తిపాస్తుల విషయాలు

తెలుసుకున్నాము. ఇక మృతఘోష భరించలేం. మనము అఘోరాల గోల కూడా భరించలేం. వారిని చూస్తేనే భయం వేస్తోంది. ఏం చేస్తారో ఏమో. ఇప్పుడు మనం బాగానే ఉన్నాం. ఏం చేతబడి చేస్తారో ఏమో. మనకెందుకు గోల. అయిందేదో అయిపోయింది. ఇక మనం ఎవరమూ ఏమీ చేయలేము. మనకు ఓపిక లేదు. మన గోల మనకు ఉంది. చేయవలసిన కార్యక్రమాలు చాలా ఉన్నాయి. అన్ని డబ్బుతో కూడినవి. కాబట్టి, ఈ అఘోరాలు వద్దు, ఘోరాలు వద్దు. అని బంధువులు, అడిగిన మిత్రులకు చెప్పారు.

స్మశాన వాటికలో ఈ దహనసంస్కారాలు అయిపోయిన తర్వాత మృతుడి బంధుమిత్రులు ఎవరి దారి వారు వెళ్లిపోయారు.

మృతుడి ఆత్మ దయ్యం రూపంలో, అటు ఇటు వాటికలో తిరుగుతూ, డాక్టర్ విశాల్ మరియు సైంటిస్ట్ శ్యామ్ మీద కక్షకట్టి, వీరిని సతాయించడం మొదలుపెట్టాయి, కొన్ని దయ్యాలు.

ఎపిసోడ్ 16

డాక్టర్ విశాల్ ని, శ్యామ్ నీ, దయ్యాలు సతాయింపు:

రాత్రిపూట ఈ పాడుబడ్డ బంగాళా లో ఉంటూ ఉదయం పూట డాక్టర్ విశాల్ ఇంటి చెట్టు దయ్యాలు తిరుగుతూ, డాక్టర్ కార్యక్రమాలని అబ్జర్వ్ చేయడం మొదలు పెట్టాయి.

ఇట్లా, ఒక 6 దయ్యాలు డాక్టర్ని వెంబడించడం, సతాయించడం, ఏడిపించడం, మొదలుపెట్టాయి. డాక్టర్ మరియు సైంటిస్ట్ శ్యామ్ భయభ్రాంతులయ్యారు. వీరి రోజువారీ దినచర్య లకు, మానసిక ప్రాబల్యానికి లోనవుతూ ఉన్నారు.

ఈ విషయం జర్నలిస్టులకు, రిపోర్టర్లకు, ప్రజలకు. టీవీ న్యూస్ మీడియాలకు, గవర్నమెంట్ వారికి తెలిసిపోయింది. ఊరంతా ఇదే విషయం, ఇదే కథ, దయ్యాల గోలతో అందరూ బిక్కుబిక్కుమంటూ, చీకటి పడగానే ఎవరి ఇళ్లలో వారు ఉంటూ, రాత్రి పూట కుక్కల అరుపులతో, కీచురాళ్ళ శబ్దాలతో భయం భయంగా కాలం గడుపుతూ, ఊపిరి బిగబట్టి ప్రజలు

ఎవరి ఇంటిలో వారు ఉంటున్నారు. రోడ్లంతా నిర్మానుష్యంగా ఉన్నాయి.

దయ్యాలు, భూతాలు, పిశాచాలు, ప్రేతాత్మలు, అన్ని ఊళ్ళలో, అన్ని ప్రదేశాలలో తిరుగుతున్నాయి అని. అది కూడా కొంచెం చీకటి పడగానే తిరుగుతున్నాయని, ఊరంతా ప్రజలు, పిల్లలు ఉన్నారు భయం పడుతూ. ఇలాంటి విషయాలు అని న్యూస్ పేపర్లలో, టీవీలలో కూడా అవుతున్నాయి ప్రచారం. అందరికీ అయోమయంగా ఉంది. ఇది ఒక పెద్ద న్యూస్ టాపిక్ గా తయారైంది. ఎవరికీ ఏమీ అర్థం కావడం లేదు. ఎవరికి వారు, ఎవరి లలో వారు, ఇదే విషయం మాట్లాడుతూ, రాత్రి వేళలో బయటకి రావాలంటే భయం భయంగా ఉంటూ, బిక్కుబిక్కుమంటూ, ప్రాణాలు అరచేతిలో పెట్టుకొని ఉన్నారు. ఇరుగుపొరుగు వాళ్ళతో కూడా ఇదే విషయం అన్ని వేళలా మాట్లాడుతూ ఉన్నారు. వేరే టాపిక్ ఏ లేదు.

<u>ఎపిసోడ్ 17</u>

<u>డాక్టర్ విశాల్, సైంటిస్ట్ శ్యామ్ ల మానసిక వేదన:</u>

డాక్టర్ విశాల్, సైంటిస్ట్ శ్యామ్ లు మృతుల బంధుమిత్రుల ప్రలోభాలకు గురి అయి, మానసిక వేదనకు గురి అయి, తట్టుకోలేక ఫార్ములా మందు తయారుకావడం లేక, చాలా చాలా కుమిలిపోతూ, బాధాకరంగా, జీవితం మీద విరక్తి పుట్టే ఎలా ఫీలవుతున్నారు. ఒకవైపు ఆత్మలు వీరి నివేదించుకోనీ తింటున్నాయి. ఒకవైపు పాడుబడ్డ బంగళాలోనే నివసిస్తున్న అఘోరాలు వీరిరువురు ని కలవడం ప్రారంభించారు. ఒకవైపు చనిపోయిన వారి గోల, మరొకవైపు జర్నలిస్టులు, వర్కర్లు టీవీ వాళ్ళ గోల వలన డాక్టర్ కి , సైంటిస్ట్ కి మతి పోయినంత పని అయింది. డబ్బులు రావు, పేషెంట్ లో లేరు, ఆముదాన్ని లేదు, పరువూ పోయె, బదనాం అయ్యారు. ఏమి చేయాలో వీరిరువురికీ తోచలేదు. ఒకవైపు భార్య పిల్లలు, ఇంకొకవైపు ఆసుపత్రి, మరొకవైపు దయ్యాల గోల. అంతే, డాక్టర్ విశాల్ కు, మరియు సైంటిస్ట్ Shyam కు ఏమి చేయాలో తెలియక ఒక నిర్ణయానికి వచ్చారు.

డాక్టర్ విశాల్ మరియు సైంటిస్ట్ శ్యామ్ లు అనుకున్నది ఒకటి. జరిగేవి వేరొకటి. వీళ్ళకి కొంచెం విసుగు వచ్చింది. అంతా అయోమయంగా ఫీలవుతున్నారు. ఆసుపత్రికి వెళ్లి. పేషంట్ లను చూద్దామంటే, డాక్టర్ మైండ్ ప్రశాంతంగా లేదు. అక్కడ ఆసుపత్రిలో కూడా మనశ్శాంతి లేకుండా ఈ ప్రేతాత్మలు, దయ్యాలు అనే ఉనికి ఉన్నట్లు డాక్టర్ సైకలాజికల్ గా భావిస్తూ ఫీలవుతున్నాడు. ఏదో ఒక ఫీలింగ్. చెప్పుకోలేని బాధ. ఇంతకు ముందు నా ఉత్సాహం, డాక్టర్ కి అంతగా అనిపించడం లేదు. ఏదో ఒక తపన, బాధ, అసలు ఏం జరుగులోందో అని డాక్టర్ కు కూడా అర్థం కావడం లేదు. ఒక ప్రక్క భార్య పిల్లలు, ఒక ప్రక్క పేషెంట్లు, ఒక ప్రక్క హాస్పిటల్ సిబ్బంది, వచ్చేవాళ్లు పోయేవాళ్ళు, ఫోన్ కాల్స్, టీవీ మరియు న్యూస్ పేపర్ రిపోర్టర్ లు ఎల్లప్పుడు ఏ హాస్పిటల్ దగ్గరనే ఉంటూ ఏం జరుగుతుంది నెక్స్ట్ అని ప్రతి రోజు ఎదురు చూస్తున్నారు. అసలు డాక్టర్ కి హాస్పిటల్ కి రావాలంటే ఏదో ఒక రకమైన ఫీలింగ్. ఒక ప్రక్క హాస్పిటల్ ని నడిపి యాలి, వేరొక ప్రక్క జీతాలు ఇయ్యాలి, ఇంకొక ప్రక్క పేషంట్ లను జాగ్రత్తగా చూడాలి, క పబ్లిక్ రిలేషన్స్ లను

చూడాలి, ఇంకొక ప్రక్క పేషంట్ ల బంధుమిత్రులకు సమాధానం చెప్పాలి, ఇంకొక ప్రక్క మెడికల్ రిపోర్ట్స్ చూడాలి, మరొకసారి మెడికల్ రిప్రజెంటేటివ్ ని కలవాలి, అన్న విషయాలు డాక్టరే స్వయంగా చూసుకోవాలి, ఇంకా కొత్త పేషంట్లకి కావాల్సిన టేస్ట్ చేయాలి. అంతా ఒక్క డాక్టర్ విశాల్ మరియు నర్సులే చూసుకోవాలి. చూస్తుంటే డాక్టర్ కి ఏం చేయాలో అర్థం కావడంలేదు. ఓవర్ బర్డెన్ అయినట్లు ఫీలవుతున్నాడు. ఒక్కొక్కసారి ఈ డాక్టర్ విశాల్ కి అనిపిస్తుంది ఏమంటే ఈ హాస్పిటల్ నడిపించే దానికన్నా హాయిగా ఎక్కడైనా గవర్నమెంట్ ఉద్యోగం గాని, లేదా ఏదైనా మల్టీ స్పెషాలిటీ హాస్పిటల్ లో గాని ఉద్యోగం చేస్తే బాగుంటుందని. ఏ బాదరబందీ ఉండదని కానీ పెట్టుబడి పెట్టి ఈ స్టేజి దాకా ఏ హాస్పిటల్ ను చూస్తుంటే మళ్లీ మొదటికి ఎందుకు వెళ్లాలి అని అనుకున్నాడు డాక్టర్ విశాల్. ఏది ఏమైనా కానీ ఈ హాస్పిటల్ ని నడిపి యా ల్సిందే అని కృత నిశ్చయానికి వచ్చాడు డాక్టర్ విశాల్.

ఎపిసోడ్ 18

సైంటిస్ట్ శ్యామ్ కిడ్నాప్:

కొంతకాలం అనగా ఒక నెల రోజుల పాటు డాక్టర్ విశాల్ మరియు సైంటిస్ట్ శ్యామ్ లు వాళ్ల వాళ్ల ఊర్లకి వెళ్ళిపోదామని, అందుకు వీరిరువురు సిద్ధమై ఉండగా, డాక్టర్ విశాల్ మటుకు అతను ఫ్యామిలీతో ఊరికి వెళ్లి పోయాడు.

ఈలోగా సైంటిస్ట్ శ్యామ్ ని కొంతమంది గ్యాంగ్ స్టార్స్ కిడ్నాప్ చేసి ఈ ఫార్ములా గురించి తెలుసుకొనడానికి, ఎవరికీ తెలియని ప్రదేశానికి తీసుకువెళ్లారు. ఈ సంగతి డాక్టర్ విశాల్ కి తెలియదు.

ఆ నోట ఈ నోట, ఈ విషయం ఊరంతా తెలిసిపోయింది. అన్ని టీవీలలో, న్యూస్ పేపర్లలో వచ్చేసింది. సైంటిస్ట్ భార్యా పిల్లలు పోలీస్ స్టేషన్లో ఫిర్యాదు చేశారు. తమ ఫాదర్ కనబడుటలేదు. ఇంటికి రావడం లేదు. ఏమయ్యాడోనని. కిడ్నాప్ అయ్యాడని పోలీసులు భావించారు. అందుకు కొంత మంది పోలీసులు, గ్రూపులుగా వేర్వేరు ప్రదేశాలకు గాలింపు కొరకు

వెళ్లారు. సైంటిస్ట్ జాడలను గుర్తించడానికి పోలీసులు ముమ్మరం చేశారు. పోలీసులు విషయాలన్నీ సేకరిస్తున్నారు. మొత్తానికి సైంటిస్ట్ జడ గురించి పోలీసులు అందరితోనూ ఆరా తీస్తున్నారు మరియు ప్రయత్నాలు చేస్తున్నారు కనుగొనడానికి.

సైంటిస్ట్ శ్యామ్ ను చాలా రకాలుగా కిడ్నాపర్స్ ఈ ఫార్ములా మందు తయారీ గురించి చాలా చిత్రహింసలు పెట్టారు. ఒకవేళ ఈ ఫార్ములా నీ ఈయకపోతే తన భార్యా పిల్లలను కూడా కిడ్నాప్ చేసి, చిత్రహింసలకు గురి చేస్తామని బెదిరించారు. ఎంతగా సైంటిస్ట్ ను బాధించిన, వేధించిన, కిడ్నాపర్ల హింసాత్మక చర్యలు చేసిన, సైంటిస్ట్ శ్యామ్ మటుకు, చలించక, బెదరక, బాధపడుతూ ఏమీ చెప్పలేదు ఈ ఫార్ములా సంగతి. ఇలా చాలా రోజులు గడిచాయి. అలాగే సైంటిస్ట్, కిడ్నాపర్ల బంది లోనే ఉన్నాడు. సైంటిస్ట్ కి ఏం చేయాలో తోచలేదు. అలాగే కిడ్నాపర్ల కొద్దికాలం వేచి చూద్దాం అని అనుకున్నారు.

ఇదిలా ఉండగా, సైంటిస్ట్ భార్య, పోలీసులకు ప్రతిసారీ కలుస్తూనే ఉంది ఈ విషయమై ఆరా తీయడానికి. తన

భర్త జాడ తెలుసుకోవాలని అందరి రిపోర్టర్లను, టీవీ న్యూస్ చానల్స్ ను కోరుతోంది. ఏమి చేయాలో పోలీసులకు అర్థం కావడం లేదు. కిడ్నాపర్లు డబ్బులు అడగడంలేదు సైంటిస్ట్ ని. ఎందుకంటే, కిడ్నాపర్ల కు తెలుసు సైంటిస్ట్ దగ్గర డబ్బులు లేవని, బీద వాడని. ఒక ఫార్ములా మాత్రమే కావాలని, ఎందుకంటే ఇలాంటి మందు ఫార్ములాని కనుక వేరే దేశాలకు అమ్మి వేస్తే, కోట్లకొద్దీ డబ్బులు వస్తాయని అనుకున్నారు. ఈ కిడ్నాపర్స్ అంత పెద్ద ప్రొఫెషనల్స్ కాదు. ఏదో డబ్బులకు ఆశపడి, ఈ ఫార్ములాని విదేశాలకు అమ్మి వేస్తే హాయ్ గా వచ్చిన డబ్బులతో బ్రతక వచ్చని భావించారు.

ఈ విషయం పోలీసులకు కూడా తెలుసు. అందుకనే అంత సీరియస్గా గాలింపు చర్యలు చేయకుండా వెయిట్ అండ్ వాచ్ పాలసీ నీ అవలంబిస్తూ వస్తున్నారు పోలీసులు. కానీ, మొత్తం వ్యవహారం న్యూస్ లలోనూ, టీవీ చానల్స్ లోనూ ఇదే రోజు వారి న్యూస్. ఏ న్యూస్ వలన పోలీసులకి ఒక పెద్ద హెడేక్ క్రింద ఉన్నది. పోలీస్ డిపార్ట్మెంట్ వారు కూడా బదనాం కాకూడదు. ప్రజలలో పోలీసుల మీద నమ్మకం పోతే ఏముంది? చాలా బ్యాడ్

ఎఫెక్ట్ అవుతుంది. చివరికి గవర్నమెంట్ మీద కూడా అపనమ్మకమే ఏర్పడితే అది అన్ని విధాలా బాగుండదని అనుకున్నారు. అందుకనే పోలీసులు వారి duty వారు ఈ కేసులో నిర్వహిస్తూ వస్తున్నారు. కానీ, కొంచెం ఏం పట్టేటట్లు ఉన్నది ఏ కిడ్నాప్ కేసు ని చేధించడానికి.

ఎపిసోడ్ 19

ధైయ్యాల గోల

పాడుబడ్డ బంగళాలో ఈ ఆరు ధైయ్యాలు కలిసి, డాక్టర్ విశాల్ యింటికి వెళ్లగా, అక్కడ డాక్టర్, వాళ్ళ భార్యా పిల్లలు లేనందు వాళ్ళ, ఏమి చెయ్యాలో తోచక, డాక్టర్ యింట్లోనే ఈ ఆరు ధైయ్యాలు మకాం వేసాయి. యింకా ఈ యింట్లో రచ్చ రచ్చే. ధైయ్యాల ఇష్టా రాజ్యం. అంతే. ధైయ్యాలా గోలకు అదుపు హద్దు లేకుండా పోయిందీ. ఈ ఆరు ధైయ్యాలు ఒక రోజు ఊళ్ళో వున్న ఒక మంచి హోటల్ కి వెళ్లాయి. అక్కడ వున్న ఒక టేబుల్ ఆకుపై చేసిన ఆరు మంది మగాళ్ళలోకి ఆవహించాయి. అంతే. టిఫిన్ల మీద టిఫిన్లు ఆర్డర్. మొత్తం అన్ని టిఫిన్లు తిని, తేనుపులు బెవ్ బెవ్ మని. అసలు ఆ ఆరుగురు మనుషులు దిట్టంగా వున్నారు. టిఫిన్ల మీద టిఫిన్లు.

సర్వర్కు మతిపోయింది. ఏంటి ఈ టిఫిన్ల గోల అనుకున్నారు.అర్ధం కాలేదు సర్వరకి. అసలు వీళ్ళు మామూలు మంజూషలా లేక బకాసుర జాతికి చెందిన వారా లేక భీముడి దగ్గర ట్రైనింగ్ తీసుకు వచ్చారా లేదా కింగ్ కాంగ్ , దారా సింగ్ వంశ పరంపర వాలా,

అన్న సందేహం వచ్చింది, ఈ సర్వరకి. చివరికి, ఆ సర్వర్ యిలా అనుకున్నాడు. నాకెందుకులే అని. కస్టమర్ ఆర్డర్ యిస్తే, తాను తెచ్చి సర్వ్ చేయాలి. అంతే. అనుకున్నాడు. ఆ సర్వర్ కి లోపల లోపల నవ్వుకుంటూ, తన తోటి సర్వర్లకి ఈ విషయం గుస గుస లాడుతూ చెప్పగా, ఏమీ చేయ లేక, మనకెందుకులే, బిల్లు తిన్న వల్లే కడతారు, అనుకున్నాడు.

అంతా టిఫిన్లు తిన్నకార్యక్రమము అయినతరువాత బిల్లు వచ్చింది. నాలుగు వేల రూపాయలు. ఈ ఆరుగురు మనుషులు కునుకులు తీస్తున్నారు. ఈ ఆరు ధైయ్యాలు, ఈ ఆరుగురు వ్యక్తుల శరీరం లోంచి నిష్క్రమించి, బయటకు వచ్చి, బిల్లు తీసుకొని కౌంటర్ మీద కూర్చున్న క్యాషియర్ కి తెలియకుండానే "బిల్ పైడ్" అనే స్టాంప్ కొట్టి, క్యాషియర్ దగ్గర వున్నా వేరే బిల్లులతో ఉంచాయి, ఈ ఆరు ధైయాలు. ఈ ఆరు eధైయ్యాలలో కొన్ని అతి తెలివితేటలూ గల ధైయ్యాలు, ఈ ఆరుగురు వ్యక్తుల జేబులో నుండి మొత్తం డబ్బును తీసుకొని , వాళ్ళ జేబులు ఖాళి చేశాయి.ఈ ధైయ్యాలు కౌంటర్లోని క్యాషియర్ టేబిల్

లోంచి మొత్తమ్ డబ్బు, క్యాషియర్ కి తెలియకుండా తీసుకున్నాయి. అంతే. తరువాత, ఈ ఆరు దైయ్యాలు బయటికి ఉడాయించాయి.

ఇంతలో ఈ ఆరుగు వ్యక్తులు, హోటల్లో టేబిల్ మీద నిద్ర నుండి తేరుకొని, అటు యిటు చూసి, ఏమి చేయాలో తోచక, తమ జేబులో నున్న డబ్బు ఉందా లేదా అని జేబులు తడుముకున్నారు. అసలు ఏం జరిగిందో తెలీదు. ఏవి జ్ఞాపకం లేదు. సర్వర్ని అడుగగా, మీరు చల్ల చాలా టిఫిన్లు తిన్నారు. బిల్లు కూడా పేమెంట్ అయిపోయింది. మీరు ఈ టేబిల్ కాల్లీ చేస్తే, వచ్చే కస్టమర్లకు ప్లేస్ ఉంటుంది, అని సర్వర్ అన్నాడు. అంతే, ఆ ఆరుగురు మనుషులు వెంటనే ఆ హోటల్ నుండి వెళ్లిపోయారు.

క్యాషియర్, కౌంటర్లో తన దగ్గర వున్నా డబ్బు కలెక్షన్ అయినా దానిని ఒక ఆర్డర్లో పెట్టుకోడానికి టేబిల్ డ్రావెర్ తెరవగా, ఇంకేముందీ, మొత్తం డబ్బు లేదు. టేబిల్ డ్రాయర్ ఖాళీ. క్యాషియర్ కి చెమటలు పట్టాయి. ఏమి తోచలేదు. ఖంగు తిన్నాడు.అసలు ఏమి జరిగిందో

అర్ధం కాక మతిపోయింది. బుర్ర పనిచేయలేదు. నోటినుండి మాట లేదు. ఉలుకు పలుకు లేదు.

వెంటనే సర్వర్ ని పిలిపించాడు. సంగతి చెప్పాడు. సర్వర్లకు ఏమి తెలియదు. అసలు సర్వర్లకు క్యాష్ కౌంటర్ తో ఏమి పని. ఈ విషయం హోటల్ ఓనర్ కి ఫోన్ చేసి చెప్పాడు. సీసీటీవీ కెమెరాలని తీసి పోలీసులకు ఫోన్ చేయమన్నాడు. మల్లి ఓనర్ ఫోన్ చేసి, క్యాషియర్ కు చెప్పాడు. పోలీసులకు ఫోన్ చెయ్యలేదు అని. పరువు పోతుంది అని. ఈ సంగతి తరువాత చూద్దాం, అన్నాడు, హోటల్ యజమాని.

ఎపిసోడ్ 20

ధైయ్యాలా ముచ్చట్లు – బాతాఖానీ:

ఈ ఆరు ధైయ్యాలు మళ్ళీ డాక్టర్ విశాల్ యింటికి వెళ్లి అక్కడ ముచ్చట్లు పెట్టడం ప్రారంభించాయి. యిట్లా ఈ ఆరు ధైయాలు మాట్లాడుకున్నాయి. ఒక ధైయ్యం అంది, నేను ఎలా చనిపోయాను అంటే, దానికి కారణం ఆ డాక్టర్లు, ఆస్పత్రి మనజిమెంట్ వాళ్ళే. వాళ్ళు ప్రపేరుగా ట్రీట్మెంట్ యివ్వలేదు. ఏదో డాక్టర్లు, నర్సులు రావడం, మందులు యివ్వడం, సెలైన్ బోట్ల్ పెట్టడం, చక చకా జరిగిపోయాయి. డాక్టర్ రాగానే ఏదో కేసు షీట్ చూసి మందులు వ్రాయడం, వెళ్లిపోవడం. కాస్టలీ మందులు వ్రాయడం, అవసరం లేని టెస్టులు చేయడం, నా బిల్లు అకౌంట్లో నోట్ చేయడం. మొత్తం అంతా కమర్షియల్ అయిపొయింది. అంతే. పేషెంట్లు, వీళ్ళ బిల్లులకి హడల్. ట్రెయిట్మెంట్మెంట్లు తక్కువ, బిల్లు అమౌంట్లు ఎక్కువ. ఈ డాక్టర్లు యిచ్చిన మందుల వలెనే నేను చ్చచ్చాను అంది, కే ఒక ధైయ్యం.

రెండో ధైయ్యం అంది, నేను బ్లడ్ కాన్సర్ తోనే చచ్చాను. మూడో ధైయ్యం అంది, ఎం నేను బ్రెయిన్ కాన్సర్ తో చచ్చాను. నాలుగో ధైయ్యం అంది, నేను స్కిన్ కాన్సర్ తో చచ్చాను. మరియు హార్ట్ ప్రాబ్లెమ్ తో చచ్చాను. ఐదో ధైయ్యం అందిం, నేను కోలన్ కాన్సర్ మరియు రెక్టల్ కాన్సర్ తో చచ్చాను. ఆరో ధైయ్యం అంది, నేను లూంగ్ కాన్సర్ మరియు ప్రోస్టేట్ కాన్సర్ తో చచ్చాను.

ఈ ఆరు ధైయ్యాలు ఒకరితో ఒకరు ఇంటర్ ఆక్షన్ చేసుకుంటూ వున్నాయి. ప్రపంచంలో, అతి క్రూరంగా ఒక పది కాన్సర్ రోగాలతో, జనాలు చాలా మంది చచ్చిపోతున్నారు. ఆ క్యాన్సర్లు ఏమంటే.:

లూంగ్ మరియు బ్రోచిల్ కాన్సర్
కోలన్ మరియు రెక్ట్యు కాన్సర్
breast కాన్సర్
పాంకియాటిక్ కాన్సర్
ప్రోస్టేట్ కాన్సర్
ల్యూకోమియా కాన్సర్
నాన్ హాడ్గ్కిం లింఫోమా కాన్సర్

లివర్ మరియు ఇంట్రా హెపాటిక్కా బైల్డ్యూక్ట్ కాన్సర్
ఓవరీయ కాన్సర్
వైసిపియల్ కాన్సర్

ఈ ఆరు ధైయ్యాలు యింకా ఏం చెప్పాయంటే, ఈ లోకంలో వంద పైన డిఫరెంట్ టైప్స్ అఫ్ క్యాన్సర్లు వున్నాయి. చాలామందికిఒక కాన్సర్ వస్తుంది, ఉంటుంది కూడా. ఏ కాన్సర్ ఏమిటో, ఎటువంటిదో ఈ డాక్టర్లకు, హాస్పిటల్ వారికి కూడా తెలియదు. కొంచం కొంచం తెలిసుంటుంది. మనలాంటి పేషెంట్లను చంపుతూంటారు. ఇలాంటి పెద్ద హాస్పిటల్లోస చేరితే, అంతేసంగతులు చిత్తగించవలెను. ప్రాణాలు పోవలసిందే. డబ్బుకు, డబ్బు, ప్రాణం పోవలసిందే. అని, కే ఈ ధైయాలు అనుకున్నాయి.

ఒక ధైయ్యం అడిగింది యింకో ధైయ్యాని. నీకు కాన్సర్ ఎన్ని టేప్లు ఉన్నాయో చెలుసా అని. ఆ ధైయ్యం అంది, ఈ ప్రపంచంలో వంద రకాల క్యాన్సర్లు వున్నాయి. నాకు బాగా తెలుసు. ఎందుకంటె, నేను, ఒక మెడికల్ ఫైనల్ ఇయర్ స్టూడెంట్ ని, నాకు చాలా బాగా తెలుసు అంది ఆ ధైయ్యఓ.

అన్ని ధైయ్యాలూ ఒక్కసారి అన్నాయి. ఈ హాస్పిటల్ ఫెలోస్ మనందరికీ ఇచ్చాయి కేమోతెరపీ మరియు వేరే వేరే సెప్పలేని ట్రీట్మెంట్లు ఇచ్చాయి.

ఈ ధైయ్యాలు యింకా ఏమన్నాయంటే, మాకు ఒక పది సార్లు కెమోతెరపీ అసలు రెండు మూడు సార్లకంటే ఈ కెమోతెరపీ ఈయకూడదు. తలమీద వెంట్రుకలు ఊడిపోయాయి. బోడిగుండు తయారైయింది. ఒంట్లో శక్తి మొత్తం పోహ్యింది. X-ray ల పవర్ మొత్తం ఒంట్లోని పార్ట్శ్ పని చేయడం మానేశాయి. మేము పాపర్ అయ్యాము. అప్పులు అయిపోయాయి. మేము హాండ్స్ అప్ అయి పోయాము. మేము బిల్లులు చెల్లించలేక పోయాము. మమ్మల్ని బిల్లులు చెల్లించేవరకు హాస్పిటల్ లోనే ఉంచేశారు. డిశ్చార్జ్ ఛార్జ్ చేయలేదు. మేము చివరికి చనిపోయాము. బిల్లులు చెల్లించేవరకు మా డెటిబోడీ ని మార్చురీ లో పెట్టారు. చాలా తీవ్రంగా బిహైవ్ చేశారు.

ఎపిసోడ్ 21

బట్టల దుకాణంలో ధైయ్యాల లూటీ

ఒక రోజు, ఈ ఆరు ధైయ్యాలు యిలా అనుకున్నాయి. మనం ఇవ్వాళ్ళ ఒక పెద్ద బట్టల దుకాణానికి వెళ్లి మంచి బట్టలు, పట్టు చీరలు, కుర్తా పైజామాలు, కావలసిన వన్నీ తీసుకు వద్దాం. మనం ఇవ్వన్నీ డాక్టర్ విశాల్ ఫ్యామిలీకి యిద్దాం, అని అనుకొన్నాయి ఈ దయ్యాలు. సరేనని సాయంత్రం వేళా బయలు దేరాయి. ఇక చూస్కో ధైయ్యాల వేట. ఒక పెద్ద బట్టల దుకాణానికి వెళ్లాయి. ఈ ధైయ్యాల వేట. ఒక పెద్ద బట్టల దుకాణానికి వెళ్లాయి. ఈ ధైయ్యాలు ఎవరికి కనపడకుండా, సీసీటీవీ కెమెరాలకు ఒక నల్లటి బట్టను కూడా అడ్డుపెట్టాయి.

ఇక చూస్కో, బ్రహ్మాండమైయినా షాపింగ్ చేశాయి, కాస్టలీ పట్టు చీరలు, కుర్తా పైజామాలు, బట్టలు, పట్టు గౌన్లు, ఒక 20 లక్షల దాకా బిల్లు చేశాయి. ఇంకేముంది, అన్ని ప్యాక్ అయ్యాయి. ఈ ఆరు ధైయ్యాలు ఆరుగురిలో

ప్రవేశించి ఈ నాటక మాడాయిలు. బిల్లు, కౌంటర్లో అన్ని పాకెట్స్ రెడీ గా వున్నాయి. బిల్లు పేమెంట్ చేయాలి. ఎలా? ఇక చూస్కో ధైయ్యల తడాకా. ఒక ధైయ్యం ఒక ప్లాన్ వేసింది. కాష్ కౌంటర్ టేబిల్ డ్రావెర్ లోంచి మొత్తం డబ్బు తీసుకోండి. మళ్లి అదే డబ్బును ఎవరికీ కనపడకుండా. అదే డబ్బును దేనామినేషన్స్ లో రెడీగా అమర్చబడిన డబ్బుని కాష్ కౌంటర్ లో కట్టి బిల్లుని పైడ్ స్టాంప్ వేయించుకొని ఇక బయటకు బయలుదేరి వెళ్లిపోయాయి.

తిరిగి, ఒక ధైయ్యం మళ్ళీ బ్యాక్ కు వచ్చి, ఎవరికీ కనపడకుండా, మొత్తం కేశుని కౌంటర్లోంచి తీసుకొని బయటపడింది. అన్ని బట్టల ప్యాకెట్లను డాక్టర్ విశాల్ యింట్లో పైన అటక మీద బ్యాగుల్లో దాచాయి.

ఎపిసోడ్ 22

ధైయ్యల పబ్, బార్, క్యాబరేట్ డాన్స్ ఎంజాయిమెంట్:

మరొక రోజు, ఈ ఆరు ధైయ్యాలు కలిసి యిలా అనుకొన్నాయి. ఇవ్వాళ్ళ ఆదివారం కదా, మనమందరం కలిసి ఒక పెద్ద పబ్, పబ్, బార్ కి వెళ్ళి మంచిగా త్రాగి, తిని, డాన్సులు చేద్దాం. మనం బ్రతికి వున్నప్పుడు ఎలాగూ ఎంజాయ్ చేయలేదు. కనీసం మనం ధైయ్యాలయినా యిప్పుడు ఎంజాయ్ చేద్దాం. సాయంతరం ఏడు గంటల కల్లా మనం పబ్ లో ఉందాం. అదే కరెక్ట్ టైం. సరే అనుకుని, అన్ని ధైయ్యాలు కలిసి బయలుదేరాయి. పబ్ కి చేరి, లోపలి చేరాయి. అటు యిటు చూశాయి. జనాలందరూ, ఒకరి తరువాత ఒకరు పబ్ కి చేరారు. పబ్ ఫుల్ అయింది.

ఈ ఆరు ధైయాలు అక్కడ వున్నా ఒక ఆరుగురు యూన్సర్స్ లోకి ఆవహించాయి. యింకా అంతే. ఆర్డార్ల

మీద ఆర్డార్లు. విస్కీ, వోడ్కా, బీర్లు, జోన్లు, మంచింగులు, సోదాలు, బిరియానీలు, చికెన్లు, మట్టంలో, నంమంచూరియాలు, ఫిషులు, అన్నీ, యింకా ఎన్నెన్నో. మస్త్ మస్తుగా త్రాగడం, తినడం, అరవడం, కేకలు పెట్టడం. లైవ్ మ్యూజిక్, పాటలు, డాన్సులు స్టార్ట్ అయ్యాయి. ఇంకేముందీ. పట్టా పగ్గాల్లేవు. ఫుల్ ఎంజాయ్. కాబెరేట్ డాన్సులు కూడా. నీ, నా బేధం లేకుండా అందరూ, చిత్తూ చైతూ గా, మత్తు మత్తుగా, త్రాగి వున్నారు. అందరూ కలిసి పార్టీలు .లైవ్ మ్యూజిక్ ఒక వైపు, వేరొకవైపు డాన్సులు, యింకొక వైపు అందరూ యంగ్ లవర్స్, యంగ్ బాయ్స్, యంగ్ స్మార్ట్ లేడీస్. అసలు అది పబా, లేక యింద్రలోకమా, అన్నట్లు వుంది. పట్టా పగ్గాలు లేవు. అందరూ ఫుల్ లోడ్ లో వున్నారు.

బిల్లు వచ్చింది. ఒక ఐదు లక్షల రూపాయలు. యింత బిల్లా అనుకుంటారు. మొత్తం అంతా కాస్టలీ డ్రింక్స్. అసలు గట్టిగా మాట్లాడితే ఈ బిల్లు అమౌంట్ చాలా తక్కువే, ఇలాంటి రేవ్ పార్టీలకి.

ఒక దైయ్యం ఈ బిల్లుని తీసుకుంది. కౌంటర్లోకి వెళ్ళింది. పైడ్ స్టాంపును కొట్టింది. ఈ బిల్లుని తీసుకొని తమ టేబిల్ దగ్గరకు వచ్చేసి మామూలుగా కూర్చుంది. యింకొక దైయ్యం, క్యాషియర్ టేబిల్ నుంచి మొత్తమ్ కలెక్షన్ డబ్బు, అంటే సుమారు ఒక రెండు కోట్ల రూపాయలు తీసుకొని ఒక చిన్న సంచీలో వేసుకొని, తాను కూర్చున్న టేబిల్ దగ్గరకు వచ్చి తన సీట్లో కూర్చుంది, చూపారుస్తుమ్ లాగ. యింకో దైయ్యం, ఆరుగురి యూన్సర్స్ జేబులోంచి వున్నా డబ్బంతా తీసుకున్నాయి. తరువాత మెల్లిగా అందరీ దేహాలోంచి బయటకి వచ్చి, పబ్ బయటకు వెళ్ళి, ఒక క్యాబ్ లో కూర్చొని, డాక్టర్ విశాల్ యింటికి బయలుదేరి వెళ్ళాయి. ఈ డబ్బు నంతా, డాక్టర్ యింట్లో అటకమీద నున్న పెట్టెల్లో దాచి పెట్టాయి.

<u>ఎపిసోడ్ **23**</u>

<u>పంచ యజ్ఞయాలు:</u>

డాక్టర్ విశాల్ పూజలు చేయడం ప్రారంభించాడు

ఈ లోకంలో జన్మించిన అందరూ 5 ఋణాలతో ఉంటారు. ఆ ఋణాలు తీర్చుకుంటేనే ఋణవిముక్తి - లేకపోతే ఆ ఋణాలు తీర్చుకోవటానికి మళ్ళీమళ్ళీ ఈ లోకానికి రావాల్సిందే. అంటే ఇవి ముక్తికి బంధకాలు, ముందరికాళ్ళకు బంధాలు.

ఎవరెవరికి ఋణపడిఉన్నాము?
దేవతలకు - ఋషులకు - తల్లిదండ్రులకు - తోటి మనుష్యులకు - భూతాలకు

ఎందుకు?

1. దేవతలు - మనకు కావలసిన వాటిని ఇచ్చి

పోషిస్తున్నారు. భూమి, అగ్ని, వరుణ, వాయు, సూర్య, చంద్ర దేవతలు ఆహారాన్ని, శక్తిని, నీటిని, ప్రాణాన్ని, ప్రకాశాన్ని, ఇస్తున్నారు.

2. ఋషులు - మనం తరించటానికి కావలసిన జ్ఞానాన్ని ఇచ్చారు. వేదాలు, శాస్త్రాలు, ఇతిహాసాలు, పురాణాలు,

...
3. పితృ దేవతలు - తల్లిదండ్రులు శరీరాన్నిచ్చి పోషించారు. అభివృద్ధిని కోరారు. తల్లి 9 మాసాలు తన కడుపులో బిడ్డను మోస్తుంది. కష్టం అనుకోదు. ప్రసవవేదన భయంకరం, పుట్టిన తర్వాత మలమూత్రాలను అసహ్యించుకోకుండా అన్ని సమయాల్లో రక్షణ - తాము తినకుండా బిడ్డలకు పెట్టాలని చూస్తారు. బిడ్డ భవిష్యత్తు కోసం ఎన్నింటినో వదులుకుంటారు. వారికి ఋణం.

4. మనుష్యులు - తోటి మనుష్యులు కుండలు, బట్టలు, ఆహారం, ... ఇలా ఎన్నింటినో అందించి సహాయం చేస్తున్నారు

5. భూతాలు - జంతువులు పొలాల్లో. - పాలు పెరుగు

నెయ్యి .... ఇస్తున్నాయి

మరేం చేయాలి ఋణం తీర్చుకొనుటకు?

1. దేవయజ్ఞం: పూజాదికాలు - యజ్ఞయాగాదులు

2. ఋషి యజ్ఞం: వేద విజ్ఞానం తెలుసుకోవాలి. అందుకు గురువును చేరి శాస్త్రాలను శ్రవణం చేయాలి. వారు చూపిన మార్గాన్ని అనుసరించాలి. గ్రంధ పఠనంలోను, గ్రంధ ప్రచురణలోనూ, గ్రంధ విక్రయంలోను, ప్రచారంలోనూ సాయపడాలి

3. పితృ యజ్ఞం: తల్లిదండ్రులు జీవించి ఉన్నంత వరకు వారికి ఏలోటు లేకుండా చూడాలి. వారి కోరికలను నెరవేర్చాలి. వారికి సేవ చేయాలి. భార్యా బిడ్డలతో సేవ చేయించాలి. తనకు ఎంత కష్టమైనా ఇష్టంతో ఆనందంతో సేవించి సంతోషపరచాలి. మరణానంతరం శాస్త్రవిధి ప్రకారం కర్మకాండ జరిపించాలి. పరలోకంలో వారితృప్తి కొరకు చేయవలసిన విధిని నిర్వర్తించాలి.

4. మనుష్య యజ్ఞం: అతిధి సత్కారం - తోటి వారికి

చేతనైనంతగా - ఏ రంగంలోనైనా సాయపడాలి. డబ్బు - చదువు - వైద్యం - ఆత్మ జ్ఞానం - ఇలా సేవ చేయాలి

5. భూత యజ్ఞం: పశువులకు గడ్డి - పక్షులకు ధాన్యపు గింజలు, మొక్కలకు నీరు .... అందించటం

ఈ విధంగా డాక్టర్ విశాల్ మనసు మార్చుకొని చాలా దైవయిష్టంగా, దైవభక్తితో జీవించడం మొదలు పెట్టాడు. డాక్టర్ విశాల్ లో చాలా మార్పు వచ్చింది. మనసును నిలకడగా ఉంచుకొని తన తల్లి తండ్రులను ఆనందింప చేయడానికి, మొట్టమొదటిసారిగా వారణాసి (కాసి) ప్రయాణం చేయాలనుకుని అందుకు ప్రయాణం చేయాలని సంకల్పించి, వారణాసి అనుకున్న ప్రోగ్రాం ప్రకారం తన తల్లి తండ్రులు, భార్య పిల్లలతో, ఒక పదిరోజులు పుణ్యకార్యాలు చేయాలని నిర్ణయించు కొని, వారణాసి కి బయలుదేరారు.

ఎపిసోడ్ 24

డాక్టర్ విశాల్, భార్య పిల్లలు, తల్లితండ్రులు, వారణాసి (కాసి) ప్రయాణం:

డాక్టర్ విశాల్ కొద్దిరోజులు తన ఫామిలీ, పేరెంట్స్ తో కలిసి వారణాసి (కాసి) వెళ్ళి, విశ్వనాధ గుడిని దర్శించి, గంగా హారతి, కాలభైరవ గుడిని, మరియు చుట్టూ ప్రక్కల గల అన్ని గుడిలను దర్శించి, మనశాంతిగా ఒక పది రోజులు గడిపారు. డాక్టర్ విశాల్ ఫామిలీ మెంబెర్స్, తల్లితండ్రులు చాలా సంతోషించారు. ఆనందపడ్డారు. విశాల్ లో యింత మార్పు వచ్చినందుకు. అందరు అన్ని దేవతలను, అన్ని గదులను దర్శించి ప్రార్ధించారు.

ఈ క్రింద చెప్పా బడిన ప్రదేశాలు, వారణాసి వైభవం గురించి, తన భార్యా పిల్లలకు, తల్లితండ్రులకు, ఈ క్రింది వివరించిన విధంగా చెప్పాడు.

చూడండి వారణాసి వైభవ విశేషాలు:

<u>ఎపిసోడ్ 25</u>

<u>ఆత్మలకు తృప్తి, శాంతి - వారణాసి వైభవం.</u>

అసలు చనిపోయిన బంధువులు ఎక్కువ మంది వారణాసి కి ఎందుకు వెళతారు? వారణాసి త్రివేణి సంగం ప్రాముఖ్యత ఏమిటి? అసలు కర్మలు చేయడానికి వెళతారా లేక దేవుడి ని దర్శించి ప్రార్థించుటకు జనాలు వెళతారా? వారణాసిలో ఘాట్స్ ఎన్ని ఉంటాయి? ప్రఖ్యాత ప్రసిద్ధ ఘాట్లు ఏమి? వారణాసి లో ప్రతిరోజూ సాయంతరం 7 గంటలకు గంగా హారతి ఒక గంట సేపు యిస్తారు. ఎందువలన? కాలభైరవుడిని, చుట్టు ప్రక్కల గల గ్రామ దేవతల ప్రాముఖ్యత ఏమిటి? అసలు వారణాసికి రాత్రులు కాపలా కాసే దేవత అమ్మవారు వారాహీ దేవి ని తప్పనిసరిగా చూడాలని దేని గురించి

అంటారు ? వారణాసి వైభవం ఈ విధంగా వివరించడమైది.

వారణాసి కాశి వైభవం

కాశీ వైభవాన్ని పూర్తిగా తెలపడం దేవతలకు కూడా సాధ్యం కాదు సముద్రం నుండి నీటి బిందువు లాంటి సంక్షిప్త సమాచారం

కాశీ పట్టణం గొడుగు లాంటి పంచ క్రోశాల పరిధి లో ఏర్పడ్డ బుభాగం ఇది లింగం లాంటి పరమేశ్వర స్వరూపం కలిగి ధనుస్సాకారం లో ఉంటుంది కాశీ బ్రహ్మ దేవుని సృష్టి లోనిది కాదు. విష్ణు మూర్తి హృదయం నుండి వెలువడి సృష్టి ఆరంభంలో శివుడు నిర్మించుకున్న ప్రత్యేక స్థలం ప్రపంచానికి ఆధ్యాత్మిక రాజధాని ప్రపంచ సాంస్కృతిక నగరం స్వయంగా శివుడు నివాసముండె నగరం

ప్రళయ కాలంలో మునుగని అతి ప్రాచిన పట్టణం శివుడు ప్రళయ కాలంలో తన తన త్రిశూలంతో కాశింని పైకెత్తి కాపాడతాడు.

కాశీ భువి పైన సప్త మోక్ష ద్వారాలలో ఒకటి, కాశీ పన్నెండు జోతిర్లింగాలలో కెల్లా శ్రేష్ఠమైనది పద్నాలుగు భువన బాండాలలో విశేషమైన స్థలం.

కాశీలో గంగా స్నానం, బిందు మాధవ దర్శనం, అనంతరం మొదట డుండి వినాయకుడు, విశ్వనాథుడు, విశాలాక్షి, కాలబైరవ దర్శనము అతి ముఖ్యం....

ఎన్నో జన్మల పుణ్యం ఉంటే తప్ప క్షేత్ర పాలకుడు బైరవుడు జీవిని కాశి లోనికి అనుమతించడు.
కాశీలో మరణించిన వారికీ యమ బాధ పునర్ జన్మ ఉండదు.

కాశీ ప్రవేశించిన జీవి యొక్క చిట్టా చిత్రాగుప్తుని నుండి మాయం అయి కాలభైరవుని వద్దకు చేరుతుంది.... డుండి గణపతి కాల బైరవుడు పరిశీలించి యమ యాతన కంటే 32 రేట్లు అధిక శిక్షలు విధించి మరు జన్మ లేకుండా చేస్తాడు. కాబట్టే కాశీలో కాల బైరవ దర్శనం తరవాత పూజారులు వీపు పై కర్రతో కొట్టి

దర్శించిన వారు కాశీ దాటి వెళ్లి పోయినా పాపాలు అంటకుండా రక్ష నల్లని కాశి దారం కడతారు.

కాశీ వాసం చేసే వారికి సమస్త యాగాలు తపస్సులు చేసిన పుణ్యం తో పాటు అన్ని చక్రాలు ఉత్తేజితమైతాయి.

కాశీలో మరణించిన ప్రతి జీవికి శివుడు దర్శనమిచ్చి వారి కుడి చెవిలో తారక మంత్రం పలికి మోక్షం ప్రసాదిస్తాడు.

అందుకే కాశ్యాన్తు మరణాన్ ముక్తి అని శాస్త్ర వచనం కాబట్టే చివరి జీవితం చాలా మంది కాశీపూరిలో గడుపుతారు.

మరణించిన వారి ఆస్తికలు కాశి గంగలో కలిపితే గతించిన వారు మళ్ళీ కాశీలో జన్మించి స్వయంగా విశ్వనాథునిచే ఉద్ధరింప బడతారు.

గోముకం నుండి బయలుదేరే గంగమ్మ విచిత్రంగా దారి మళ్లి దక్షిణ దిశగా ప్రవహించి దన్నుసాకారపు కాశి పట్టణాన్ని చుట్టి తిరిగి తన దారిలో ప్రవహిస్తుంది ఎంత

కరువు వచ్చినా గంగమ్మ కాశి ఘాట్లను వదిలి దూరం జరగలేదు.

శివుని కాశిలోని కొన్ని వింతలు...

కాశీలో గ్రద్దలు ఎగరవు, గోవులు పొడవవు, బల్లులు అరవవు, శవాలు వాసన పట్టవు, కాశీలో మరణించిన ప్రతి జీవి కుడి చెవి పైకి లేచి ఉంటుంది.

కాశీలో మందిరం చుట్టూ అనేక చిన్న తొవ సందులు కలిగి అట్టి సందులు అనేక వలయకారాల్లో చుట్టినట్టు ఉండి ఒక పద్మవ్యూహం లాగా కొత్త వారికీ జాడ దొరకకుండా ఉంటుంది.

కానీ పూర్వం ఇక్కడ అనేక సుందర వనాలు పూలచెట్లు మధ్య ఉన్న మందిరాన్ని విదేశీ దండ యాత్రికుల దాడుల నుండి కాపాడుకోవడానికి ప్రజలంతా గుడి చుట్టూ పెద్ద పెద్ద బంగళాలు కట్టి శత్రు సైనికులకు దారి లేకుండా చేసినారు.

అనేక దేశాల నుండి పెద్ద పెద్ద శాస్త్ర వేత్తలు వచ్చి కాశి లో అనేక రీసెర్చ్ లు జరిపి ఆశ్చర్య పోయ్యారు. అస్సలు ఇ కాస్మోర్స్ ఎక్కడి నుండి వస్తున్నాయి. అప్పటి పూర్వికులు శక్తి చలనం వున్న చోటల్లా మందిరాలు నిర్మించారు అంత పరిజ్ఞ్యానం ఆ రోజుల్లో వారికీ ఎక్కడిది అని ఆశ్చర్యానికి గురైనారు.

కాశి విషవేశ్వరునికి శవ భస్మ లేపనం తో పూజ ప్రారంభిస్తారు.

కాశిలోని పరాన్న బుక్తేశ్వరుణ్ణి దర్శిస్తే జీవికి పరుల అన్నం తిన్న ఋణం నుండి ముక్తి లబిస్తుంది.
కాశి క్షేత్రంలో పుణ్యం చేస్తే కోటి రేట్లు ఫలితం ఉంటుంది, పాపం చేసినా కోటి రేట్ల పాపం అంటుతుంది.
విశ్వనాథుణ్ణి అభిషేకించిన తరవాత చేతి రేఖలు మారిపోతాయి.

ఇక్కడి శక్తి పీఠం విశాలాక్షి అమ్మవారు
జగత్అంతటికీ అన్నం పెట్టే అన్నపూర్ణ దేవి నివాస స్థలం కాశి.

ప్రపంచంలోని అన్ని భాషలకు తల్లి అయిన అతి ప్రాచీన సంస్కృత పీఠం కాశీలోనే వున్నది.
కాశీలో గంగమ్మ తీరాన 84 ఘాట్లు వున్నాయి.
ఇందులో దేవతలు, ఋషులు, రాజులూ, తో పాటు ఎందరో తమ తపశక్తితో నిర్మించిన వి ఎన్నో వున్నాయి అందులో కొన్ని

1) దశాశ్వమేధఘాట్ బ్రహ్మ దేవుడు 10 సార్లు అశ్వమేధ యాగం చేసినది ఇక్కడే రోజు సాయకాలం విశేషమైన గంగామా హారతి జరుగుతున్నది.

2) ప్రయాగ్ ఘాట్ ఇక్కడ భూగర్భంలో గంగతో యమునా, సరస్వతిలు కలుస్తాయి.

3) సోమేశ్వర్ ఘాట్ చంద్రుడు చేత నిర్మితమైనది.

4) మీర్ ఘాట్ సతి దేవి కన్ను పడిన స్థలం విశాలాక్షి దేవి శక్తి పీఠం.
ఇక్కడే యముడు ప్రతిష్టించిన లింగం ఉంటుంది.

5) నేపాలి ఘాట్ పశుపతి నాథ్ మందిరం బంగారు కళశంతో నేపాల్ రాజులూ కట్టినాడు.

6) మణి కర్ణికా ఘాట్ ఇది కాశీలో మొట్ట మొదటిది దీనిని విష్ణు దేవుడు స్వయంగా సుదర్శన చక్రం తో తవ్వి నిర్మించాడు ఇక్కడ సకల దేవతలు స్నానమ్ చేస్తారు ఇక్కడ గంగ నిర్మలంగా పారుతుంది ఇక్కడ మధ్యాహ్నం సమయంలో ఎవరైనా సుచేల స్నానం చేస్తే వారికి జన్మ జన్మల పాపలు తొలిగి పోతాయి జీవికి ఎంత పుణ్యం ప్రాప్తిస్తుందో చతుర్ ముఖ బ్రహ్మ దేవుడు కూడా వర్ణించలేడట.

7) విష్వేవర్ ఘాట్ ఇప్పుడు సిందియా ఘాట్ అంటారు ఇక్కడే అహల్యా బాయి తప్పసు చేసింది ఇక్కడ స్నానం చేసే బిందు మాధావుణ్ణి దర్శిస్తారు.

8) పంచ గంగా ఘాట్ ఇక్కడే బుగర్భం నుండి గంగలో 5 నదులు కలుస్తాయి.

9) గాయ్ ఘాట్ గోపూజ జరుగుతున్నది.

10) తులసి ఘాట్ తులసి దాస్ సాధన చేసి రామాచరిత మానస్ లిఖించమని శివుని ఆదేశం పొందినది.

11) హనుమాన్ ఘాట్ ఇక్కడ జరిగే రామ కథ వినడానికి హనుమంతుడు వస్తుంటాడు ఇక్కడే సూర్యుడు తపస్సు చేసి అనేక శక్తులు పొందిన లోలార్క్ కుండం వున్నది ఇక్కడే శ్రీ వల్లబచార్యులు జన్మించారు.

12) అస్సి ఘాట్ పూర్వం దుర్గా దేవి శుంభ, నిశుంభ అను రాక్షసులను చంపి అట్టి ఖడ్గంను వెయ్యడం వల్ల ఇక్కడ ఒక తీర్థం ఉద్బవించింది.

13) హరిశ్చంద్ర ఘాట్ సర్వం పోగొట్టుకొని హరిశ్చంద్రుడు ఇక్కడ శవ దహనం కూలిగా పని చేసి దైవ పరక్షలో నెగ్గి తన రాజ్యాన్ని పొందినాడు
నేటికి ఇక్కడ నిత్యం చితి కాలుతూ ఉంటుంది...

14) మానస సరోవర్ ఘాట్ ఇక్కడ కైలాసపర్వతం నుండి బుగర్బ జలాధార కలుస్తున్నది ఇక్కడ స్నానం చేస్తే కైలాస పర్వతం చుట్టిన పుణ్యం లబిస్తున్నది.

15) నారద ఘాట్ నారదుడు లింగం స్థాపించాడు.

16)చౌతస్సి ఘాట్ ఇక్కడే స్కంధపురాణం ప్రకారం ఇక్కడ 64 యోగినిలు తపస్సు చేసినారు ఇది దత్తాత్రేయునికి ప్రీతి గల స్థలం. ఇక్కడ స్నానం చేస్తే పాపలు తొలిగి 64 యోగినిలు శక్తులు ప్రాప్తిస్తాయి.

17) రానా మహల్ ఘాట్ ఇక్కడే పూర్వం బ్రమ్మ దేవుడు సృష్టి కార్యంలో కలిగే విఘ్నాలను తొలగించమని వక్రతుండ వినాయకున్ని తపస్సు చేసి ప్రసన్నున్ని చేసుకున్నాడు.

18)అహిల్యా బాయి ఘాట్ ఈమె కారణంగానే మనం ఈరోజు కాశి
విశ్వనాథుణ్ణి దర్శిస్తున్నాము కాశీలోని గంగా నది ప్రవాహంలో అనేక ఘాట్ల ధ్దగ్గర ఉద్భవించే తీర్థాలు కలిసి ఉంటాయి

పూర్వం కాశిలో దేవతలు ఋషులు రాజులూ నిర్మించిన అనేక మందిరాలు కట్టడాలు వనాల మధ్య విశ్వనాథుని మందిరం ఎంతో వైభవోపేతంగా వెలుగొందింది.
కానీ మొహమ్మదియ దండ యాత్రికులు కాశిని లక్ష్యంగా చేసుకొని దాడులు చేసి ధ్వంసం చేసిన తరవాతి కాశిని మనం చూస్తున్నాము

విశ్వనాథ, బిందు మాధవ తో పాటు ఎన్నో అనేక మందిరాలను కూల్చి మసీదులు కట్టినారు నేటికీ విశ్వనాథ మందిరంలో నంది మజిదు వైపు గల కూల్చ బడ్డ మందిరం వైపు చూస్తోంది.
అక్కడే శివుడు త్రిశులం తో త్రవ్విన జ్ఞ్యాన వాపి తీతం బావి ఉంటుంది

ఈరోజు మనం దర్శించే విశ్వనాథ మందిరం అసలు మందిరానికి పక్కన ఇండోర్ రాణి శ్రీ అహల్యా బాయి హోల్కర్ గారు కట్టించారు.

<u>ఎపిసోడ్ - 26</u>

<u>డాక్టర్ - సైంటిస్ట్ - గోస్ట్స్</u>

సైంటిఫిక్ - హారర్ - థ్రిల్లర్ - సస్పెన్స్ - డెత్ - రెబిర్త్ - గోస్ట్స్ - అఘోరాస్ - ఎంటర్టైన్మెంట్

<u>శ్మశానవాటిక దగ్గరి పాడుబడ్డ బంగాళా కూల్చివేత - ధైయ్యాలా కలత:</u>

కొద్దికాలం గడచినా తరువాత, పాడుబడ్డ బంగాళా ఓనర్లు ఈ బంగళాను కూచివేశారు. క్రొత్తగా డెవలప్మెంట్ పర్పస్ యివ్వడానికి. అప్పుడు, అఘోరాలు, ధైయాలు, పిశాచాలు, భూతాలు తాలూకు శక్తులు ఈ బిల్డింగ్ లోంచి వెళ్లిపోయాయి.

అప్పటినుంచి, ఈ ధైయాల గోల తీవ్రత తగ్గింది. ప్రజలు చాలా మటుకు కొంత రెలైఫంగా ఫీల్ అయినట్లు వున్నారు.

కొద్దికాలం తరువాత పూర్తిగా ఆత్మకూర్ డెవలప్మెంట్ అయినందువలన, ఈ స్మశాన వాటికను, వేరే చోటికి షిఫ్ట్ చేశారు, వూరు అవతలకి. అందువలన ఈ స్మశానవాటికను ఉపయోగించడంలేదు. యిలా చాలా కాలం గడిచింది. కొంతమంది ఈ వాటికను ప్లేటుల కింద తయారు చేసి అమ్మకానికి పెట్టారు. మున్సిపాలిటీ వారు ఈ ప్రదేశాన్ని వేలం వేయగా, కొంతమంది బిల్డర్లు కొనుక్కొని ఈ ప్రదేశాన్ని డెవలప్ చేయడానికి ముందుకు వచ్చారు. ఈ ప్రదేశం, కొంతకాలం తరువాత హాటీప్లస్ గా మారింది.

ధైయ్యాలు, భూతాలు, పిశాచాలు అనేమాటలు చాలామటుకు తగ్గింది.

జీవం - ఎపిసోడ్ 27

డాక్టర్ - సైంటిస్ట్ - గోస్ట్స్

సైంటిఫిక్ - హారర్ - థ్రిల్లర్ - సస్పెన్స్ - డెత్ - రెబిర్త్ - గోస్ట్స్ - అఘోరాస్ - ఎంటర్టైన్మెంట్

ట్రాఫిక్ పోలీసులు - ధైయ్యాల గోల:

ఈ ఆరు ధైయ్యలు అన్ని షాపుల లోంచి డబుల కట్టలు, చాలా చాలా డబ్బుల కట్టలు, ప్రతీ రోజు తీసుకొని వచ్చి, డాక్టర్ విశాల్ యింట్లో, అటకమీద, పరుపుల క్రింద అన్నీ కప్బోర్స్ లో దాచిపెట్టాయి. యిలా ఒక ఐదు కోట్ల రూపాయలు దాకా కూడబెట్టాయి.

ఒక రోజు కొంత డబ్బు ఒక క్యాబ్ లో తీసుకు వస్తుండగా, ట్రాఫిక్ పోలీసులు ఈ క్యాబ్ ని అనుమానంతో ఆపేసారు, చెకింగ్ గురించి.ఈ కాన్స్టేబుల్స్ అడిగారు, లోపల ఏముందని. ఈ బంగ్లాలో ఏముందని. యిప్పుడు ఈ ఆరు ధైయ్యాలు తెల్లటి మాస్కస్ డ్రెస్సులలో వున్నాయి. ఈ కాన్స్టేబుల్స్ అడిగారు. ఈ మాస్కస్ లను తీసి పేస్ చూపెట్టమని. అప్పుడు ఈ ధైయ్యాలు అన్నాయి మా ఫేసులు చూపిస్తే మీరు ఫైంట్ అయ్యి క్రింద పడిపోతారు. అప్పుడు, ఒక కన్స్టేబుల్ అన్నాడు, నో ప్రాబ్లెమ్, మెం పిచోల్లం అనుకున్నావా? మా డ్యూటీ మమ్మల్ని చేయానియ్.

ఈలోపు, ఒక ముసుగులో వున్నా ధైయ్యం, ఒక కష్టాల్ తో అన్నది, రావయ్యా రా ,ఎం నా మొహం చూడు, నా మోహంలో ఏముందో, నీ అనుమానం తీర్చుకో, అంది. అప్పుడు, ఆ కష్టాల్, ధైయ్యం మొహం చూడగానే, ఇంకేముందీ, మైండ్ బ్లాక్, మతి పోయింది . ఒళ్ళంతా చమటలు, ఇక చూస్కో, పరుగో పరుగు. కాళ్ళకి దెబ్బలు తగిలి క్రిందపడి ఫైంట్ అయ్యాడు.

ఈ లోపు వేరే కానిస్టేబుల్ అనుమానంతో, ఆ క్యాబ్ లో కూర్చున్న వారిపై అనుమానం వచ్చింది. ఇంకొంతమంది కష్టబెల్స్ని పిలిచి, క్యాబ్లో ఉన్నవారి ఐడెంటిఫై కార్డులను కప్పించమని డిమాండ్ చేశారు.

ఇంతలో, ఒక ధైయ్యం అన్నది. మా ఫేస్ లే ఒక ఐడెంటిటీ. యింకా వేరే ఐడెంటిటీలు ఎందుకు, అని కానిస్టేబుల్ కు చెప్పాయి. నొథింగ్ డూయింగ్. మీ ఫేసులు, ఐడెంటిటీ కార్డ్స్ చూపమని. ఇంకేముంది. ఈ ఆరు ధైయ్యాలు ఆ క్యాబ్లో కూర్చునే తమ మాస్కులను తొలగించి , ఈ కష్టబెల్స్కు మొహాలను చూపెట్టాయి. అంతే సంగతులు. ఇక చూస్కో నా సామిరంగా . ఈ కానిస్టేబుల్ పరిస్థితులు వర్ణనాతీతం. చెప్పలేని

పరిస్థితి. పరుగో పరుగు. ప్యాంట్లు అన్నీ తడిసి పోయాయి. క్రింద పడ్డారు. దెబ్బలు తగిలాయి. ఏం జరుగుతుందో ఎవరికీ ఏమీ అర్థం కావడంలేదు.మొత్తం ట్రాఫిక్ జాం. ఒక కిలోమీటర్ వరకు. క్యాబ్ డ్రైవర్ మటుకు క్యాబ్ బయట నుంచున్నాడు. ఎం జరుగుతోందో అయోమయంలో వేరేవాళ్ళందరూ వున్నారు మోటార్ సైకిల్స్, ఆటోరిక్షాస్లు, బస్సులుఅం , ఎవరికి ఏమి అర్ధంకావటంలేదు.

మెల్లిగా ఈ క్యాబ్ డ్రైవర్, కాబిని విశాల్ యింటిలో తీసుకెళ్లాడు. యింటి దగ్గర దిగగానే,ఎం డ్రైవెర్కి ఒక కట్ట ఇరవై రూపాయలను, ఈ ధైయ్యాలు ఇచ్చాయి. అంతే క్యాబ్ డ్రైవర్ కేబీతో సహా వెళ్ళిపోయాడు. మొత్తమ్ డబ్బును అన్ని బంగ్లాలో, డాక్టర్ విశాల్ యింట్లో అన్ని చోట్ల దాచాయి ఈ ధైయ్యాలు.

ఈ విదంగా ఈ ఆరు ధైయ్యాలు, బయటకు వెళ్లడం, జనాలని సతాయించడం, డబ్బు కట్టలను తీసుకురావడం, మామూలయిపోయింది.

ఎపిసోడ్ 27

సైంటిస్ట్ శ్యామ్ కిడ్నప్ నుండి పోలీసులు రక్షించుట:

సైంటిస్ట్ శ్యామ్ కిడ్నపేర్లును, పోలీసులు వలపన్ని ఎట్టకేలకు పట్టుకున్నారు. మాఫియా గ్యాంగ్ ముంబైలోని ఒక మారుమూల గ్రామంలో, సైంటిస్ట్ తయారుచేసిన ఫార్ములాను ఇవ్వమని బెదిరించారు. కానీ, సైంటిస్ట్ శ్యామ్ అందుకు ఒప్పుకోలేదు. ఎంతో టార్చర్ పెట్టినా కూడా ఈ ఫార్ములాను మాఫియా గ్యాంగ్ కిడ్నపెర్స్కు ఈయలేదు. చివరికి పోలీసులు వలపన్ని అందరిని పట్టుకున్నారు. సైంటిస్టును ఆత్మకూరుకు తీసుకువచ్చి, తన యింట్లో వదిలి,

పోలీసులు వెళ్లిపోయారు. అందరూ హ్యాపీ ఫీల్ అయ్యారు.

కొంతకాలం, సైంటిస్ట్ శ్యామ్ రెస్ట్ తీసుకున్నాడు. డాక్టర్ విశాల్ వారణాసికి ఫ్యామిలీతో వెళ్లడాన్ని తెలుసుకున్నాడు. కానీ, సైంటిస్ట్ మనస్సులోపల ఏదో చెప్పలేని బాధా. ఒకవైపు ధనార్జన లేదు. ఒకవైపు ఫామిలీ పిల్లలని పోషించాలి. ఒకవైపు బదనాం అయ్యాడు. ఎంత ఇన్వెంత్ చేసినా మంచి పేరు రాలేదో. ఈ ఫార్మలా తయారీ అల్లాంటిది.

కొంతకాలం తరువాత, ఒక ఫార్మసీ కంపెనీ ముంబై లో ఉంటోంది. ఆ కంపెనీ ఈ ఫార్మలా ని ఒక రెండు కోట్ల రూపాయలకు డీల్ కు ఆఫర్ ఈ సైంటిస్ట్ శ్యామ్ కు యిచ్చింది. యింకేంటీ. అసలు దరిద్రం పోయినట్లుయింది, అని సైంటిస్ట్ అనుకున్నాడు. యింత మంచి ఆఫర్ మళ్ళీ మళ్ళీ రాదనీ. ఈ డీలకు ఒప్పుకున్నాడు. ఆ ఫార్మాసిటికల్ కంపెనీ వారు, రెండు కోట్ల రూపాయలను యిచ్చికా, ఈ ఫార్ములాను మొత్తాన్ని తీసుకున్నారు. సైంటిస్ట్ శ్యామ్ హ్యాపీ. అందరూ హ్యాపీ.

<u>ఎపిసోడ్ 28</u>

<u>డాక్టర్ విశాల్, బ్యాక్ తో హోమ్ అండ్ హాస్పిటల్:</u>

డాక్టర్ విశాల్, ఫామిలీ మెంబెర్స్ తన యింటికి వారణాసి ట్రిప్ నుండి వచ్చేసారు. చాలా అలసి పోవడం వలన, మెంటల్ టెన్షన్తో, ఒక రెండు రోజులు అలసి, సొలసి గాఢనిద్ర పోయాడు.

తన మంచం మీద పడుకున్నాడు. డాక్టర్ విశాల్ కి తెలియదు తన బెడ్ర్కింద డబ్బుల కట్టలున్నాయనయి అని. తెల్లవారు ఝామున డాక్టర్ విశాల్ లేచేసరికి, తాను ఒక గట్టిగా వున్నా బెడ్ మీద పడుకున్నట్లు అనిపించింది. అనుమానం వచ్చి బెడ్ను

జరిపి చూసేసరికి, ఇంకేముంది, డాక్టర్ షాక్ తిన్నాడు. చూస్తే అన్నీ కరెన్సీ బండల్స్. అన్నీ ఐదు వందల రూపాయల నోట్లు. ఆశ్చర్యపోయాడు. మతిపోయినంత పనైయింది. మైండ్ బ్లాక్ అయింది. ఏమి చెయ్యాలో తోచలేదు. నోటి మాట రాలేదు. యిలాగే కొంచం సేపైనా తర్వాత, కొంత తేరుకుని, తన ఇల్లంతా ఒబ్సెర్వ్ చేయ సాగాడు. అన్నీ అటకాలని చూసాడు. అన్నీ రూములలో అన్నీ నాటకాలను కూడా చూసాడు. అసలేం జరిగిందో తెలియరాలేదు డాక్టర్ విశాల్ కి. తన భార్యకు ఈ విషయం చెప్పాలా వద్దా అని అనేక అనుమానాలు. భయం భయం గా ఫీల్ అయ్యాడు. యింకొక ప్రక్క భయ్యం. ఇన్కమ్ టాక్స్ వాళ్ళతో అసలు లెక్కలు చెప్పాలిగా. ప్రూఫ్ లు చూపెట్టాలిగా యింత డబ్బుకి. కొద్ది సేపైనా తర్వాత తేరుకుని నాలుగు లేక ఐదు బ్యాంకు ఖాతాలున్న డాక్టర్ విశాల్ అకౌంట్లో అన్ని డబ్బులని జమ చేసాడు. ఒక వారం రోజుల గడువులో. మరి ధైర్యం చేయాలిగా. అసలు ఈ డబ్బు ఒరిజినల్ వా లేక ఫేక్ కరెన్సీ యా అని థాట్ కూడా రాలేదు డాక్టర్ విశాల్ కి.

ఈ తతంగం అంతా ఆరు ధైయ్యాలు డాక్టర్ విశాల్ ని అబ్సర్వ్ చేస్తున్నాయి. అటక మీద నుండి కొంచావు శబ్దాలు, కొంత అలికిడి. ఎవరో యింట్లో ఉన్నట్లు ఉంటుంది. కానీ ఎవరూ కనబడరు. ఏమి చేయాలో తోచదు.

ఒక రోజు డాక్టర్ విశాల్ యింట్లో ఈజీ చైర్ లో కూర్చొని న్యూస్పేపర్ చదువు కుంటున్నాడు. ఇంతలో, ఒక ధైయ్య, డాక్టర్ ని ఆట పట్టియ్యడం గురించి పేరును అటు, యిటూ లాగుతూ పేపర్ ని చించేశాయి. అసలు డాక్టర్ ఏదో ధ్యాసలో తాను వునందున ఎలా అయిందని అనుకున్నాడు.

యింకొకసారి, డాక్టర్ పాటలు వింటుంటే ఈ ధైయ్యాలు డాన్స్ చేయడం మొదలు పెట్టాయి. నెల మీద శబ్దం వినిపిస్తున్నది. కానీ ఎవరూ కనబడరు. ఇంకొకసారి తాబేలు మీద డాక్టర్ భార్య అన్నీ మందికి, ఐటమ్స్ చేసిపెడితే వాటిని అన్నీ ఖాళీ చేశాయి, ఈ ధైయ్యాలు. అన్నీ గిన్నెలు ఖాళీ. యింట్లో వాళ్లందరికీ భయం పట్టుకుంది, ఏం జరుగుతుందో అని. యిలా కొన్ని రోజులు గడిచాయి.

డాక్టర్ విశాల్ కి ఏమి చేయాలో తోచక ఆసుపత్రికి వెళ్ళితే అక్కడ పేషెంట్స్ కు ఈ ధైయ్యలు స్టెతస్కోప్ తో టెస్టులు చేస్తున్నాయి., డాక్టర్ ప్రిస్క్రిప్షన్ రాయకముందే, ఒక దయ్యం ప్రిస్క్రిప్షన్ రాసి ఇచ్చేది. అసలు డాక్టర్కు మతిపోయింది. యింటికి డాక్టర్ విశాల్ వచ్చి మళ్ళీ రెస్ట్ తీసుకున్నాడు. చాలా ఆలోచిస్తూ పడుకొన్నాడు. యిలా రోజులు గడుస్తున్నాయి. కానీ, ఏమి చేయలేని పరిస్థితి. ఒక్కో గదిలో ఒక్కో ధైయ్యం అందరిని నిద్ర పోనీయకుండా భయపెట్టసాగాయి.

ఆ తరువాత, కొన్ని రోజులు గడిచాయి. ఈ ఆరు ధైయ్యాలు ఈ విధంగా అనుకున్నాయి. మనం ఇక నుంచి డాక్టర్-ఫ్రెండ్లీ వుండాలని. అప్పటినుంచి, ఎం ఆరు ధైయ్యాలు డాక్టర్ విశాల్ ఇంటిని కాపలా కాస్తూ వున్నాయి. ఎవరినీ ఏమీ సతాయించలేదు.

అప్పుడు ఈ ఆరు ధైయ్యాలు అనుకున్నాయి. మనం ఎంత కాలం యిక్కడ ఉంటాము. మన ప్లేసులు వేరు., మనకు మరో జన్మ కావాలి. యిక్కడ యిలా ఉంటే

లాభం లేదు, అనుకు డిసైడ్ చేసి, ఒక ఫైన్ మార్నింగ్ ఈ ఆరు ధైయాలు ఎవరి దారి వారు వెళ్లే పోయాయి.
అంతా ప్రశాంతంగా రోజులు సాగడం ప్రారంభించాయి. డాక్టర్కి, హాయిగా ఉండడం అలవాటైపోయింది. డాక్టర్ విశాల్ కొద్ది కలం తరువాత, తన ఆసుపత్రిని చాలా అప్డేట్ చేసి, హాయిగా ఫ్యామిలీ తో వున్నాడు.
సైంటిస్ట్ శ్యామ్ కూడా చాలా హాప్పీ గా భార్యా పిల్లలతో వున్నాడు.

<u>ఎపిసోడ్ 29</u>

<u>ధైయ్యాలు శాంతించి వెళ్లిపోవుట:</u>

ఈ ఆరు ధైయ్యాలకి నిలువనీడ లేకుండా పోయింది. ఆ స్మశానములు కూడా కొట్టేసి వాటి మీద ఆఫీసులను కట్టి కొన్నిటిని లీస్ లకి యిచ్చారు. యివన్నీ గమనిస్తూ వున్నా ధైయ్యాలు వాటి సహజ స్వభావాన్ని మరచి పోయాయి. అవన్నీ ఒక మీటింగ్ పెట్టుకుని మనం అనుకున్నటర్లుగా జరగలేదు. మన మిచ్చిన డబ్బులు చూసి ఈ మనుషులు వాటికి దాసోహమై మురిసిపోయారు. మనం వారిని భయపెట్టాలని అనుకున్నాము కానీ అల్లా జరగలేదు. కాబట్టి ఈ

డబ్బు మనమేం చేసుకుంటాము. వారైతే చక్కగా అనుభవిస్తూ ఆనందంగా గడుపుతారు. ఇక మనం మన పద్ధతి మార్చుకుని వారిలాగే మంచిగా అయిపోయినాము. మానవ కూడా ఆనందంగా మన ప్రదేశానికి వెళ్లి పోదాము. అనుకున్నాయి ఈ ఆరు ధైయ్యాలు. అప్పుడు అందులో ఒక ధైయ్యం యిలా అన్నది. మనం యింత కష్టపడి వాళ్ళకి ఎంతో డబ్బు ఇచ్చాము. కష్టం మనది. సుఖం వెళ్లాడా? అని కోపంతో అరుస్తూ అటూ, యిటూ తిరుగుతున్నది. అప్పుడు మిగితా ధైయ్యాలు దానికి నచ్చ చెప్పుతూ, యిలా అన్నాయి. మనం చనిపోయిన మన వాళ శరీరాలు వదిలేసి మల్లి ఇంకొకరి శరీరాలలో ప్రవేశించి వారిని, భయపెడుతూ బ్రతకడం మంచిది కినాడు, అని అన్నాయి.

మనం కూడా తిరిగి పుట్టి యిక్కడ మనుషులతో తిరగగలము. అల్లా ఈ డబ్బుని మనం కూడా మనిషి రూపంలో అనుభవించ గలము. కాబట్టి, యిది జరగాలంటే ముందు మనం మన లోకానికి వెళ్లి, ఈ దేహారాల్ని వదిలి మానవ రూపాన్ని ప్రసాదించమని భగవంతుణ్ణి ప్రార్ధిద్దాము, అని చెప్పాహాయి. అప్పుడు

కోపిష్టి ధైయ్యం ఆలోచించి, అవును మీరు చెప్పింది నిజమే, అలాగే చేద్దాం. త్వరగా బయలు దేరండి, అని తొందర పెట్టింది. వెంటనే, అన్ని ధైయ్యాలు సంతోషంగా తప్పక మనిషి జన్మ వస్తుందని ఆసిస్తూ ఆ ప్రదేశాన్ని వదిలి వెళ్లిపోయాయి.

అధ్యాయం 30

గోస్ట్స్ అండ్ డెవిల్స్ శాంతి ఒప్పందం

డాక్టర్ విశాల్ మరియు సైంటిస్ట్ శ్యామ్‌లను విడిచిపెట్టారు:

మొత్తం ఆరు దయ్యాలు ఉండడానికి స్థలం లేదు.

శ్మశాన వాటికకు ఆనుకుని ఉన్న పాత శిథిలావస్థలో ఉన్న భవనాన్ని కూడా కూల్చివేశారు.

శ్మశాన వాటికను కూడా ఆత్మకూర్ గ్రామ శివారులోకి మార్చారు.

ఈ పరిణామాలన్నీ దయ్యాలు చూస్తూనే ఉన్నాయి.

ఈ దయ్యాలు తమ భవిష్యత్తు గురించి మరచిపోయి పునర్జన్మ కోసం "ఆత్మ లోక్"కి వెళ్లాలనుకున్నాయి.

దెయ్యాలు ఒక సమావేశాన్ని కలిగి ఉన్నాయి మరియు దయ్యాలు కోరుకున్నవి జరగవని స్వయంగా వాదించారు.

మనుషులకు, డాక్టర్ విశాల్‌కి ఎంత డబ్బు ఇచ్చినా దెయ్యాల వల్ల ఉపయోగం లేదని దయ్యాలు అనుకున్నాయి. దయ్యాలు దాని చర్యలకు ప్రజలు భయపడాలని కోరుకున్నారు.

కానీ అది జరగలేదు.
కాబట్టి, ఈ మాసంతో మనం ఏమీ చేయలేము, అయితే అన్ని దయ్యాలు.

డాక్టర్ విశాల్‌కి ఇస్తే ఎంజాయ్ చేస్తానన్నారు.

గోస్ట్స్ తమ ఆత్మ స్నేహితులను కలవడం కోసం "ఆత్మ లోక్" వద్ద "సోల్ వరల్డ్"కి వెళ్లాలని నిర్ణయించుకున్నారు.

ఓ దెయ్యం, కష్టపడి డబ్బులు తీసుకొచ్చామని, డాక్టర్ విశాల్‌కి డబ్బులు ఇవ్వవద్దని గట్టిగా అరిచినట్లు పేర్కొంది. మేము బాధపడ్డాము మరియు ఇతరులు ఆనందించాము, ఒక దెయ్యం కోపంగా చూస్తూ చెప్పింది.

ఇతర దయ్యాలు ఈ "అరగడం దెయ్యం"ని మన చనిపోయిన వ్యక్తులు అక్కడ లేరని ఒప్పించారు. మనం ఈ ప్రపంచంలో ఎలాంటి ఆశ్రయం, స్థలం లేకుండా ఒంటరిగా ఉన్నాం.

మమ్మల్ని ఎవరూ గుర్తించరు.

ఒకానొక సమయంలో మనం మరో మానవ శరీరంలోకి ప్రవేశించాలి అని దయ్యాలన్నీ ఏకగ్రీవంగా చెప్పాయి.

మన స్వంత కారణాల వల్ల ఇతర మానవులను ఇబ్బంది పెట్టడం సరైనది కాదని దయ్యాలు కూడా భావించాయి.

మనం కొత్త భౌతిక మానవ శరీరంలో పునర్జన్మ తీసుకోవచ్చు మరియు చాలా ఆనందించవచ్చు.

మానవుడు సృష్టించిన డబ్బుతో, మనం కూడా పునర్జన్మ పొందినట్లయితే, కొన్ని దెయ్యాలను అనుభవించవచ్చు.

మరియు ఇది జరిగితే, ఆత్మలు/ఆత్మలుగా మనం మొదట ఆత్మ లోకానికి పెళ్తాము మరియు అక్కడ నుండి మనకు పునర్జన్మ లభిస్తుంది.

ఆ సమయంలో కోపోద్రిక్తుడైన దెయ్యం, కాసేపు ఆలోచించి, అంగీకరించి, ఈ భూమిని, డాక్టర్ విశాల్‌తో పాటు సైంటిస్ట్ శ్యామ్‌ని విడిచిపెట్టడానికి అంగీకరించింది.

రా, దయ్యాలన్నీ అయ్యాయి.

మన "ఆత్మ ప్రదేశ్"కి తిరిగి వెళ్దాం.

మేము డాక్టర్ విశాల్ ఇంట్లో ప్రతిదీ వదిలిపేస్తాము.

ఈ వైద్యుడు విశాల్ మరియు అతని కుటుంబం డబ్బుతో ఆనందించండి.

మన ఆత్మలందరూ (ఆత్మలు) ఖచ్చితంగా పునర్జన్మ పొంది భూమిపై కొత్త జన్మనిస్తారని మేము ఆశిస్తున్నాము మరియు అందరికీ గుడ్ బై చెప్పి ఆ స్థలాన్ని వారి ఆత్మ ప్రపంచానికి విడిచిపెట్టాము.

అధ్యాయం 31

అన్ని దయ్యాలు ఒకదానితో ఒకటి ఈ క్రింది సూక్తులను మాట్లాడుకుంటాయి:

సోల్స్ వరల్డ్‌కి వారి ప్రయాణంలో గోస్ట్స్ చిట్ చాట్. వన్ ఘోస్ట్ ఈ క్రింది వాటిని చెబుతుంది:

బ్లఫ్ మరియు ట్రూత్

రెండవ ఆలోచన లేకుండా, మేము బ్లఫ్‌ను నమ్ముతాము; అయితే, కొన్ని సమయాల్లో, మేము సత్యాన్ని విశ్వసించడానికి ఒక ఆలోచనను వర్తింపజేస్తాము.

భూమి - ఒక చలనచిత్ర నగరం

స్వర్గం ఎప్పుడూ భూమిని తాకదు,
భూమి ఎప్పుడూ సముద్రంలో కలవదు,
సముద్రం ఎప్పుడూ ఆకాశాన్ని తాకదు,
ఆకాశం ఎప్పుడూ భూమిపై పడదు //

స్వర్గపు దేవదూతలు భూమిపై రోల్ మోడల్‌లుగా మారారు,
బ్యూటీ ఏంజిల్స్ యూనివర్సల్ హోమ్‌లో తిరుగుతాయి,
ఎర్త్‌లీ డయాస్‌పై గ్లామరస్ బ్యూటీస్ ర్యాంప్,
గార్జియస్ బ్యూటీ అంబాసిడర్లు ప్రపంచ జీవితాన్ని శాసిస్తారు. //

ప్రకృతి అందాలు యూనివర్సల్ స్టార్స్‌పై ఆధిపత్యం చెలాయిస్తాయి,
స్టార్స్ ఆఫ్ స్టార్స్ భూమిపై అప్పుడప్పుడు వస్తాయి,
చంద్రుడు సార్వత్రిక జీవితాన్ని ఆశీర్వదిస్తాడు,
సూర్యుడు సార్వత్రిక జీవితాన్ని ప్రకాశింపజేస్తాడు. //

ఏంజిల్స్ ఫిల్మ్ సిటీ, స్వర్గం నుండి భూమికి డ్రైవ్,
ఏంజిల్స్ స్విమ్మింగ్ పూల్, నుండి సముద్రంలోకి
డ్రైవ్. స్వర్గం,
భూమిపై జీవితం, విశ్వం నుండి ఒక సృష్టి,
మాట్లాడే జీవితం, ప్రకృతి నుండి అందం //

రచయితలు పుదీనా పదాలు,
పాఠకుల పుదీనా జ్ఞానం,
పబ్లిషర్స్ మైండ్ బుక్స్,
నిర్మాతలు డబ్బు చూసుకుంటారు //

ఈ దెయ్యం ఇతర గోస్ట్లకు కథ చెబుతుంది:

విలువ

విద్య యొక్క విలువ ఏమిటో తెలుసుకుని
పనికిరాని మరియు చదువుకోకుండా అన్ని
సమయాలలో హాజరు కావడానికి ఎంచుకునే ఒక
యువ అమ్మాయి గురించి ఇది కథ.

ఆమె తక్కువ నేపథ్యం ఉన్నప్పటికీ, ఆమె వదలలేదు కానీ కదులుతూనే ఉంది. ఆమె క్లీన్ స్లేట్' మరియు పూర్తి చేసిన సర్టిఫికేట్‌తో మెరుగైన వ్యక్తిగా ఎదిగింది. ఆమె ఎల్లప్పుడూ సంతోషంగా మరియు బాధ్యతగా ఉంటుంది. అవసరమైన చోట సహాయం చేస్తూ ఇతరులకు చదువు చెప్పించడంలో ఆమెకు మంచి నైపుణ్యం ఉంది.

చాలా మంది స్నేహితులు ఆమెను ఎప్పుడూ అవమానిస్తారు, ఎందుకంటే ఆమె చదువుకునేది మరియు వారి స్నేహానికి సమయం లేదు. చిన్న గాళ్ వేడుకుంది మరియు విద్య వారికి ఎంత ఉపయోగకరంగా ఉందో మరియు దానితో తీవ్రంగా మరియు నేర్చుకోవడానికి సిద్ధంగా ఉన్నవారిని అది ఎంతవరకు నడిపించగలదో వివరించడానికి ప్రయత్నించండి. కానీ ఆమె ప్రయత్నాలన్నీ ఫలించలేదు.

ఆమె ఎంత ఎక్కువగా ప్రయత్నిస్తే, వారు ఆమెను మరింత ద్వేషిస్తారు మరియు ఆమె పేర్లను పిలుస్తారు. మొత్తానికి సంవత్సరాల తర్వాత,

తెలివైన విద్యావంతురాలు వారి సమాజంలోని పెద్ద కంపెనీలో ఒక పెర్రి మరియు లాభదాయకమైన ఉద్యోగాన్ని పొందింది మరియు ఆమె ఫస్ట్-క్లాస్ ఫలితంతో, ఆమెకు కార్యాలయంలో ఉన్నత స్థానం లభించింది మరియు ఆ కంపెనీని నిర్ధారించుకోవడానికి ఆమె మానవీయంగా సాధ్యమైనంత ప్రయత్నించింది. పెరుగుదల మరియు తొమ్మిది అభివృద్ధి ప్రమాణాలలో బాగా నడిచింది మరియు అవగాహన యొక్క ప్రాముఖ్యతను కూడా సృష్టించింది.

ఆ తర్వాత, ఆమె చదువులో ఏకాగ్రత కారణంగా ఆమెను విడిచిపెట్టి తిరస్కరించిన ఆమె స్నేహితులు చాలా సంవత్సరాలు గడిచిన తర్వాత, నిరుపయోగంగా మారారు మరియు వారి మొత్తం అత్యాచారం మరియు గర్భం దాల్చే ప్రక్రియలో తమ ప్రాణాలను కోల్పోయారు మరియు మిగిలిన వారు ఆమె కోసం వేడుకోవడానికి తిరిగి వచ్చారు. క్షమాపణ మరియు సహాయం, మంచి స్థాయి విద్య లేకుండా, మీరు మంచి జీవన ప్రమాణాన్ని

పొందలేరు మరియు జీవితకాలంలో పశ్చాత్తాపపడతారు.

చెప్పినట్లు, "మీరు కోల్పోయే వరకు మీ వద్ద ఏమి ఉందో మీకు తెలియదు.
వర్కింగ్ స్టైల్

నది మన ప్రయాణానికి ఆటంకం కలిగిస్తే, మనం ప్రయాణ వ్యవస్థను మార్చాలి. వంటి. అలాంటిది, మన పనిలో మనకు అడ్డంకులు వస్తే, పనిని విస్మరించకుండా పని వ్యవస్థను మార్చాలి.

ఇక్కడ తన భర్తను కోల్పోయిన ఒక వితంతువు స్త్రీ తన పిల్లలతో విడిచిపెట్టి, తన భర్తను చంపిన స్త్రీ అని చెప్పుకునే వారి దుష్ట బంధువు మరియు సమాజం యొక్క ముద్రతో బాధపడటానికి ఒక కథ.

ఈ వితంతువు శ్రద్ధగల స్త్రీ మరియు తన పనులలో చాలా నేర్పరి.
ఆమె మంచి డ్యాన్సర్ మరియు రైతు. ఆమె తన పిల్లలను పోషించడానికి మరియు జీవన ప్రమాణాన్ని పెంచడానికి ఆమె తన చివరి భర్త

వ్యవసాయ భూమిలో ప్రతిరోజు పని చేసి పంట పండిస్తుంది.

కూరగాయల పొలంలో పంటలు పండించిన తర్వాత, తన పిల్లలతో పొలం నుండి, వాటిని విక్రయించడానికి మరియు డబ్బు సంపాదించడానికి ఆమె దానిని మార్కెట్కు తీసుకువెళుతుంది. కానీ, సమాజంలోని ఆమె బంధువు, ఆమె పట్ల అసభ్యంగా ప్రవర్తించడం వల్ల, ఆమె పంటలు మరియు కూరగాయలను విక్రయించడానికి సుదూర గ్రామానికి వెళ్లి ఆలస్యంగా తిరిగి రావాలి.

ఆమె తాటి ఆకులతో చేపలు పట్టే వలలు మరియు చీపురు తయారు చేయడంలో చాలా నేర్పరి. కష్టపడి పనిచేసి జీవితంలో ఎలా గొప్పగా మారాలో కూడా ఆమె తన పిల్లలకు నేర్పింది.

కష్టపడి పనిచేయడం మంచి విజయం మరియు విజయానికి దారితీస్తుందని ఆమె ఎల్లప్పుడూ వారికి బోధిస్తుంది. ఆమె రోజు పొలానికి వెళ్లి,

నాటడం మరియు పంట కోసిన తర్వాత సాయంత్రం తిరిగి వస్తుంది.

ఒక మంచి రోజు, ఒక అపరిచితుడు వితంతువుల గ్రామంలోకి కొనుగోలు చేయడానికి భూమి కోసం వెతుకుతున్నాడు, తద్వారా అతను మరింత తయారీ కంపెనీని నిర్మించగలడు. మరియు, అదృష్టవశాత్తూ, అతను ఫిషింగ్ వలలు మరియు చీపురు తయారు చేస్తున్న వితంతు స్త్రీని కలుసుకున్నాడు మరియు వితంతువు యొక్క పని నైపుణ్యానికి చాలా సంతోషించాడు.

ఆ రోజు తరువాత, ఆ వ్యక్తి వితంతువును వచ్చి సమీపంలోని తన తయారీ కంపెనీలో పని చేయమని పిలిచాడు, తద్వారా ఆమె మంచి మొత్తంలో డబ్బు సంపాదించవచ్చు. మరియు సంకోచించకుండా, ఆమె ఆఫర్‌ను అంగీకరిస్తుంది మరియు ఆ వ్యక్తికి కృతజ్ఞతలు తెలిపింది. వితంతువు తన కొత్త పని కారణంగా వారానికి ఒకసారి వ్యవసాయానికి వెళ్లడం, తయారీ కేంద్రంలో పని చేయడం ప్రారంభించింది. ఆమె తన పనిని

చక్కగా చేసేది మరియు ఆమె ఆనందం మరియు గంభీరతతో, ఆమె వారి సమాజంలో ధనిక మరియు ప్రసిద్ధ శ్రమజీవిగా మారింది మరియు ఆమె పని శైలితో, ఆమె తన మంచి పనులతో ఇతరులను మెస్మరైజ్ చేస్తుంది.

తన వర్కింగ్ స్టైల్ వల్ల తనలో ఏముందో చూపించడానికి సహకరించిన వ్యక్తి దగ్గర పనిచేసి తనకంటూ ఓ మేడమ్ అయిపోయింది. నేర్చుకోవడానికి సిద్ధంగా ఉన్న మరియు ఆసక్తి ఉన్న వారి కోసం ఆమె సమీపంలోని సెంటర్ బ్రాంచ్ కార్యాలయాన్ని ప్రారంభించింది.

ఆమె కుట్టు, మెండింగ్, రిపేరింగ్ మరియు కమ్మరి వంటి పని నైపుణ్యం కోసం వివిధ ఉచిత శిక్షణను అందిస్తుంది. ఆమె యువతకు నిరుపయోగాన్ని తగ్గించి, ఉపయోగాన్ని మెరుగుపరుచుకునేలా చేసింది, వారిని ఏదో ఒక పనిలో ఉంచుతుంది మరియు ఆలస్యం చేయకుండా, అందరు అందించే ప్రతి నైపుణ్యం నుండి ఏదో ఒకటి నేర్చుకునేలా చూసింది.

ఆమె మంచి పనులు ఆమె తెలివితక్కువ హృదయాన్ని మరియు ప్రతి ఒక్కరూ ఎంతో ఆదరించే పాత్రను కొనుగోలు చేశాయి. ప్రపంచాన్ని మెరుగుపరచడానికి మరియు మనల్ని బలంగా మరియు కష్టపడి చేయడానికి ఏదైనా చేయడం చాలా మంచిది & ముఖ్యమైనది అని తెలుసుకోవడం.

ఆమె ఎల్లప్పుడూ "ఒకరి కంటే ఇద్దరు తలలు ఉత్తమం" మరియు "ఆడడం కంటే నేర్చుకోవడం చాలా ముఖ్యం" కాబట్టి ఆమె పని శైలులు మరియు నైపుణ్యాలను నేర్చుకోవడాన్ని ప్రజలకు సులభతరం చేసింది.

ఆమె వర్కింగ్ స్టైల్ చాలా మందిని ఆమె తిరస్కరించిన చెడ్డ బంధువులను కూడా ఆమెకు దగ్గర చేస్తుంది.

"అధిక స్థాయికి చేరుకోవడానికి కష్టపడండి"

అధ్యాయం 32

ఆత్మ యొక్క ఆశయం

"ఆత్మ పైకి వెళుతుంది. శరీరం భూమిపైకి వెళుతుంది. భూమిపై జీవితం ఎప్పటికీ నిలిచి ఉండదు కాబట్టి శాశ్వతమైన పేరు పొందడం మంచిది."

మొదటి ఘోస్ట్ తన అందమైన జీవిత అనుభవాన్ని చెబుతుంది:

ఒక మంచి సంఘం

ఒక పాఠకుడు రచయిత యొక్క కవిత్వ ఆలోచనను నిలుపుకుంటాడు. అయితే, ఒక రచయిత పాఠకుడి కోసం కవితా రచనను రూపొందిస్తాడు. కానీ డాక్టర్ మరియు పేషెంట్ లేదా లీడర్ మరియు ఓటర్‌తో పోల్చితే రచయిత

మరియు పాఠకుడు ఇద్దరూ ఈ ప్రపంచంలో నటుడు మరియు అభిమానుల-అనుచరులు, రాజకీయవేత్త మరియు అనుచరులు వంటి కవిత్వ అవగాహనను కలిగి ఉంటారు. రచయిత మరియు పాఠకులకు ప్రపంచ వాతావరణంలో మంచి వెయిటేజీ ఉంది, ఎందుకంటే ఈ కలయిక & అనుబంధం శాశ్వతమైనది.

<u>నేకెడ్ ట్రూత్</u>

"జీవితంలో, ఒక వ్యక్తి మంచి & విజయవంతమైన జీవితం కోసం ఓపికగా ఎదురుచూడటం జరిగితే, మరిన్ని విషయాలు నేర్చుకోగలుగుతారు. అలాంటి వ్యక్తులు ఎన్నటికీ ఓడిపోరు మరియు అదే జీవితంలో నిజమైన & నగ్న సత్యం".

పద్యం హృదయాన్ని తాకేలా చేస్తుంది?

ప్రకృతి సౌందర్యం, ప్రకృతి పర్యావరణ పరిస్థితుల వివరణ, జలపాతాలు, స్త్రీల మనోభావాలు దెబ్బతినకుండా కవితను నిర్మించి, స్త్రీలను, స్త్రీలను మెచ్చుకునేలా భాషా ప్రదర్శన.

రెండవ దెయ్యం ఇతర ఘోస్ట్‌లకు సోల్స్ వరల్డ్‌కు వెళ్లే సమయంలో ఈ క్రింది వాటిని చెప్పడం ప్రారంభిస్తుంది.

<u>జ్ఞాపకాలు:</u>

జీవితంలో బాధాకరమైన మరియు మధురమైన జ్ఞాపకాలు ఉన్నాయి.

కొన్ని -ఎప్పుడూ బాధాకరమైన జ్ఞాపకాలు మాత్రమే ఒక వ్యక్తిని వెంటాడతాయి.

దుఃఖకరమైన జ్ఞాపకాలను డస్ట్ బిన్‌లో విసిరి, మెదడును తీపి జ్ఞాపకాలతో నింపే అదృష్టవంతులు.

అన్ని బాధాకరమైన జ్ఞాపకాలను దూరంగా ఉంచే ఆలోచనా శక్తి ప్రజలకు ఉండాలి.

<u>పారాచూట్, హనీమూన్ లేదు.</u>

"వ్యక్తులు @ పారాచూట్ హనీమూన్ ట్రిప్‌లో లేరు. ఫ్లైట్ జర్నీలో ఉన్న వ్యక్తులు భద్రత & ముందస్తు జాగ్రత్త చర్యగా స్కై ఫ్లయింగ్ సేఫ్టీ జాకెట్‌లను ఎప్పుడూ ధరించరు".

స్నేహం

"సరైన మరియు సరైన వ్యక్తితో స్నేహం చెరకు తీపి రసం లాంటిది. మనం చెరకు దుంగలను చిన్న ముక్కలుగా చేసి లేదా గ్రైండర్ ద్వారా వ్యర్థ స్క్రాప్‌గా పిండినట్లయితే, అది తీపిని ఇస్తుంది".

ఇప్పుడే వెళ్ళు

"బోర్న్ ఎంప్టీ - డైస్ ఎంప్టీ".

డబ్బు మనిషిని పెద్ద ఎత్తుకు తీసుకెళ్తుంది.

కానీ ఒక వ్యక్తి ఈ లోకాన్ని విడిచిపెట్టినప్పుడు డబ్బును తనతో తీసుకెళ్లలేడు.

అందులో సందేహం లేదు.

మంచి ఉద్దేశ్యంతో పుట్టిన వ్యక్తులు.

డెడ్ క్యారీ నథింగ్. స్వర్గపు స్థలంలో ఆత్మ ఏడ్చినట్లు, చెడు పనుల కోసం ఆత్మ శపిస్తుంది"

విలువ

సమయం, ఆరోగ్యం మరియు సంబంధం ఈ మూడింటిపై "ఏ ధర వ్రాయబడలేదు".

కానీ మనం వీటిని పోగొట్టుకున్నప్పుడు వాటి విలువ తెలుస్తుంది.

ఆరోగ్యం పట్ల అజాగ్రత్త, సమయాన్ని దుర్వినియోగం చేయడం మరియు సంబంధాన్ని కొనసాగించకపోవడం వల్ల భారీ జరిమానాలు మరియు ఆర్థిక పరిమితులు ఏర్పడతాయి.

హ్యాపీ వర్క్

మనం వర్క్ ఎథిక్స్‌ని ఆసక్తికరంగా & సంతోషంగా అలవాటు చేసుకుంటే, మనం ఎంత పనినైనా నిర్వహించవచ్చు.

ఎందుకంటే, ఇష్టపడే ఉద్యోగం కష్టం కాదు.

చాలా మంది వ్యక్తులు అస్థిరంగా ఉంటారు.

'వర్క్ అండ్ బి హ్యాపీ' అనే స్వభావాన్ని అలవర్చుకోవాలి.

కోతి వ్యక్తులను ఎక్కడికీ దూకుతుంది.

డబ్బు vs మంచితనం

జేబులోంచి డబ్బులు పంచితే తగ్గిపోయి పేదలమవుతాం.

కానీ, పవిత్ర హృదయం నుండి మంచితనం పంపిణీ చేయబడితే, అది ఒకరి ఊహకు అందనంతగా మంచితనాన్ని పెంచుతుంది & అలాంటి మంచితనం ప్రపంచంలోని ప్రతి తలుపులో ఫ్లిక్ సెకండ్‌లో కదులుతుంది.

ఇంటర్నెట్ గేమ్‌లు

బహిరంగ ప్లేగ్రౌండ్‌లో 'గేమ్స్ & స్పోర్ట్స్' ఆడే పిల్లలు మంచి శారీరక ఆరోగ్యాన్ని కాపాడుకుంటారు. ఇంటర్నెట్ ద్వారా గేమ్‌లు ఆడటం వల్ల ఆరోగ్యం దెబ్బతింటుంది.

దీని గురించి పిల్లలను ప్రేరేపించడం & మార్గనిర్దేశం చేయడం తల్లిదండ్రులు.

తల్లిదండ్రులు తమ పిల్లలకు ఇంటర్నెట్ వినియోగాన్ని నియంత్రించడం మరియు పరిమితం చేయడం.

గుర్తింపు

ఒక వ్యక్తి మంచి మరియు ఉపయోగకరమైన సామాజిక ప్రయోజనం కోసం పని చేస్తే అతని మంచితనం నిరూపించబడుతుంది.

సామాజిక సేవ

"సామాజిక సేవ చేయడానికి డబ్బు ప్రమాణం కాదు. దయగల హృదయం సరిపోతుంది. ఆకలితో ఉన్నప్పుడు ఒక రూపాయి వస్తే సరిపోతుంది. పెద్ద డబ్బు సంపాదించాలనే కోరికతో అలాంటి వ్యక్తి సంతోషంగా ఉండడు."

సామాజిక సేవ
మానవాళికి సేవ చేయడం
భగవంతుని సేవ.
ఒకరితో ప్రారంభించడానికి ఒకరు వారి హృదయాన్ని అనుసరించాలి, అది దుఃఖం ఆనందం మరియు ఆహార బట్టలు మరియు ఆశ్రయం వంటి భౌతిక విషయాలను ఇతరులతో పంచుకోవడానికి మిమ్మల్ని ప్రోత్సహిస్తుంది.

ప్రాథమికంగా, ఈ మూడు విషయాలు మనకు ఈ ప్రపంచంలో జీవించడానికి ప్రోత్సాహాన్ని ఇస్తాయి.

మీరు తినే ముందు ఆహారాన్ని మరియు త్రాగడానికి నీటిని పంచుకోవడం ద్వారా. మీరు నడుస్తూ వీధిలో తిండికి దూరమైన వ్యక్తిని చూసినప్పుడు.

మీరు అతనికి డబ్బు చెల్లించడం ద్వారా లేదా బ్రెడ్ ఫుడ్ కొనుగోలు చేయడం ద్వారా అతనికి ఆటోమేటిక్‌గా సహాయం చేస్తారు మరియు ఆ వ్యక్తికి ఆహారం ఇస్తారు. ఇది మీకు సంతృప్తిని కలిగిస్తుంది, మీరు ఉపశమనం మరియు ఆనందం యొక్క పెద్ద నిట్టూర్పును కలిగి ఉంటారు. ఇది మానవుని ప్రాథమిక బాధ్యత. మీరు చాలా ధనవంతులైతే మీరు డబ్బు రూపంలో మంచి సంస్థలకు దానధర్మాలు చేయవచ్చు. కానీ దాతృత్వం లేదా సేవ అనేది మొదటి నుండి డబ్బు బట్టలు ప్రారంభించాలి.

పెద్ద ఎత్తున ఆశ్రయం కూడా. మీరు పరిమిత ఆదాయం కలిగిన సాధారణ మధ్యతరగతి వ్యక్తి అయితే, మిమ్మల్ని మీరు బ్రతికించుకోవడానికి ప్రయత్నిస్తారు, అయితే మీలోని మంచి హృదయం సమాజంలోని వ్యక్తులతో నాణ్యమైన సమయాన్ని మరియు డబ్బును గడపడానికి మీ కోరికల కోసం మీ ఖర్చులలో కొంత భాగాన్ని త్యాగం చేయడానికి అవకాశం కల్పిస్తుంది. అంటే మీ తల్లి పుట్టినరోజు లేదా మీ పెళ్లి రోజున ఒక చిన్న కలయిక ఏర్పాటు చేయబడుతుంది బహుమతుల మార్పిడి ప్రేమ శుభాకాంక్షలు అనుసరించబడతాయి. ఇప్పుడు నిరుపేదలకు సేవ చేయాలనే మీ హృదయ అంతర్గత కోరిక మీరు సమీపంలోని దేవాలయం లేదా ఏదైనా అనాథాశ్రమం లేదా వృద్ధాశ్రమం ఇవ్వడానికి పండ్లు స్వీట్లు మరియు బట్టలు కొనుగోలు చేస్తారు. అనాథాశ్రమంలో లేదా వృద్ధాశ్రమంలో ఉన్న పిల్లలకు ఆహారం ఇవ్వండి. నిరుపేదలకు సేవ చేయడం ద్వారా వచ్చే సంతృప్తితో పోలిస్తే ఇంట్లో ఖర్చు చేసే ఖర్చు చాలా తక్కువగా కనిపిస్తుంది. వృద్ధులతో పంచుకున్న

మంచి మాటలు వారి విలువైన అనుభవాలు మనస్సులో గర్వంతో మరియు మీ పెదవులపై చిరునవ్వుతో ముందుకు సాగడానికి అందిస్తాయి. ఇదే నిజమైన సేవ.

ఆంధ్ర ప్రదేశ్ (భారతదేశం) లో శ్రీమతి. డొక్కా సీతమ్మ గారు అన్నదానముతో మంచి పాతికేళ్లలో దేశమంతటా సుపరిచితం. సామాజిక సేవ కోసం ఆమెను అపర అన్నపూర్ణగా పేర్కొంటారు. ఒక్క పైసా కూడా వూహించని ఆమె తన దగ్గరి నుంచి వెళ్లే ప్రజలకు సేవ చేసింది. ఆమె ప్రజాదరణ దశాబ్దాలుగా అన్ని ప్రాంతాలలో వ్యాపించింది, ఆమె తరవాణి అన్నం మరియు అన్ని ఇతర ఆహార పదార్థాలతో ప్రజలకు అందిస్తోంది. ఆ రోజుల్లో బ్రిటిష్ వారు దేశాన్ని పరిపాలించారు మరియు యువరాజు ఆమెను తన కేరోనేషన్ కోసం ఇంగ్లాండ్ సందర్శించమని ఆహ్వానించారు. అయితే ఓవర్సీస్ దాటడం ఆనవాయితీ కాదని ఆమె సున్నితంగా తిరస్కరించింది. అప్పుడు యువరాజు ఆమె ఫోటోను తన ప్రమాణ స్వీకారోత్సవం జరుపుకునే దర్బార్ హాలులో ఉంచమని అభ్యర్థించాడు.

అన్నార్థుల కోసం హృదయం ద్రవించే రోజుల దనగుణముతో నిండుగా బంగారు హృదయం ఉన్న ఆమె సాధారణ గృహిణి.

రెండవది, మీరు అలాంటి సామాజిక సేవ చేస్తున్నప్పుడు. మీ హృదయం మరియు చేతులు పూర్ణహృదయంతో సేవ చేయడానికి సమన్వయంతో సాగాలి, ఇది భగవంతుని సేవకు సూచించబడుతుంది.

అవసరమైన వారికి సరైన సమయంలో మరియు సరైన వ్యక్తులకు అవసరమైన వాటిని చేయండి. చేతులు కలపడానికి ఇతరులను కూడా ప్రేరేపించండి. దాతృత్వం ఇంటి వద్ద నుండి ప్రారంభమవుతుంది కాబట్టి మేము మంచి సేవలు మరియు పనులను చివరి వరకు ఉదారంగా ఇచ్చేలా చేయండి.

మూడవ దెయ్యం ఆత్మ సోల్స్ ప్రపంచానికి వారి రవాణా ప్రయాణంలో ఇతర దెయ్యాల ఆత్మలకు ఈ క్రింది వాటిని చెబుతుంది.

కాంతి

"ట్యూబ్ లైట్ కంటే క్యాండిల్ లైట్ చిన్నది. ట్యూబ్ లైట్ సన్ లైట్ కంటే చిన్నది. ఇక్కడ పాయింట్ అనేది లైట్ కాదు. మనం లైట్‌ని ఎలా ఉపయోగించుకున్నాం అనేది పాయింట్."

దీపం జ్యోతి పరబ్రహ్మం.
కొవ్వొత్తి వెలుగు త్యాగానికి ప్రతీక.

అది మెరుస్తున్నప్పుడు చీకటిని విసిరివేస్తూ చుట్టూ కాంతి వ్యాపిస్తుంది. అదే సమయంలో కొవ్వొత్తి కరుగుతుంది, ఇది దాని గుర్తింపును కోల్పోతుంది. మెల్లమెల్లగా అది నిరాకారమైపోతుంది కానీ వెలుగు చాలా మంది జీవితాలను మండిస్తుంది

కాంతి వ్యాప్తికి ప్రతీక. కొవ్వొత్తి స్థానంలో ట్యూబ్ లైట్ ఉంటే

ముఖంపై మెరుపుతో మరింత కాంతి మెరుస్తుంది మరియు ప్రకాశాన్ని చుట్టుముడుతుంది.

కొవ్వొత్తి ఉత్తమం, కానీ ట్యూబ్ లైట్ చాలా మెరుగ్గా ఉంటుంది, ఎందుకంటే ఇది కాంతి యొక్క ప్రకాశవంతమైన వైపును పెంచుతుంది.

ఇది పగలు మరియు రాత్రి రెండింటినీ ప్రకాశిస్తుంది.

సూర్యరశ్మి ఉంది

కాంతి సహజ వనరు.

సూర్యరశ్మి ఒక జీవితాన్ని పెంచేవాడు మరియు రక్షకుడు. సూర్యరశ్మి ద్వారా మన ఆశలు కూడా పెరుగుతాయి. కిరణపు పుంజం ఎత్తుకు ఎదగడానికి ప్రకాశవంతంగా ఉంటుంది.

ఎక్కువ సూర్యరశ్మి

విశ్వంలో ప్రతిబింబిస్తుంది

లేదా గ్లోబ్ ఈ విధంగా పగలు మరియు రాత్రి మేకింగ్. భూమిలో ఒకవైపు సూర్యరశ్మి ఒక పగలు మరియు మరోవైపు చీకటిని రాత్రి అంటారు.

సూర్యరశ్మి భూమి యొక్క జీవావరణ శాస్త్రాన్ని సుసంపన్నం చేస్తుంది

మరియు సూర్యరశ్మి లేకుండా
జీవితం ఉనికిలో ఉండదు.
కాబట్టి కొవ్వొత్తి మరియు ట్యూబ్ లైట్ కంటే
సూర్యరశ్మి చాలా మంచిది.

సూర్యరశ్మి విశ్వంలోని పచ్చదనంతో పాటు
మనల్ని సజీవంగా ఉంచుతుంది.
క్లుప్తంగా చెప్పాలంటే కాంతి యొక్క మూడు
వనరులు మానవాళికి చాలా అవసరం.
మేము ట్యూబ్ లైట్ యొక్క ప్రకాశం కోసం కొవ్వొత్తి
చిరునవ్వుతో ప్రార్థిస్తాము మరియు సూర్యరశ్మిని
ఆస్వాదిస్తాము. ఇవన్నీ మన జీవితానికి రంగులు
తెస్తాయి.

కోపం & క్షమాపణ

ఈ ప్రపంచంలో కోపం తెచ్చుకోవడం చాలా తేలికైన
విషయం.
క్షమించడం చాలా కష్టమైన విషయం.
నోరు తెరవడానికి ఒక ఫ్లిక్-సెకండ్ సరిపోతుంది.
కోర్టు వ్యవహారాలు ఏళ్ల తరబడి జరుగుతాయి.
కానీ కొన్ని సెకన్లలో తీర్పులు వెలువడతాయి.

శిక్షలు మరియు క్షమాపణలు చట్టపరమైన సంబంధితమైనవి.

సుత్తి

చాలా ట్వీట్లు ఉద్దేశపూర్వక & ఉపయోగకరమైన పోస్ట్‌ల కంటే సుత్తి మరియు బురద విసిరే పోస్ట్‌లు తప్ప మరొకటి కాదు.

వ్యర్థం, అవసరం లేదు & కీర్తిని దెబ్బతీసే సందేశాలు నిజమైన మరియు విలువైన సందేశాలను ఆధిపత్యం చేస్తాయి.

"కమ్యూనిటీ యుటిలిటీ కోసం ట్వీట్లు స్వీట్ & హెల్తీగా ఉండాలి". ట్విట్టర్‌లను & పాఠకులను దేవుడు ఆశీర్వదిస్తాడు.

-

ఆయుధం లేదా పదం

ఒక వ్యక్తిని భౌతికంగా చంపాలంటే ఆయుధం కావాలి. మానసికంగా ఒక వ్యక్తిని చంపడానికి, పదునైన పదం సరిపోతుంది.

నాలుక నుండి ఘర్షణ పడిన పదం బయటికి వెళితే, ఒక వ్యక్తి మానసికంగా చంపబడవచ్చు.

అది ఆయుధమైతే, ఒక వ్యక్తి అక్కడికక్కడే చనిపోతాడు.

కవులు మరియు రాజకీయ నాయకులు

కవులు సాహిత్యం కోసం. రాజకీయాల కోసం రాజకీయ నాయకులు.

ఇద్దరికీ అనుచరులు ఉన్నారు.

కానీ స్థిరమైన & ఎడతెగని అనుచరులు ఎక్కువగా కవులను మెచ్చుకుంటారు మరియు ప్రశంసిస్తారు.

"కవులు & రాజకీయ నాయకులు ప్రపంచ శాంతిని సాధ్యం చేయగలరు".

"కవి-రాజకీయవేత్త ఏ యుద్ధానికైనా ప్రేరేపించకూడదు".

మంచి విలువ

మన మంచితనం వల్ల శత్రువులు కాకుండా మంచి స్నేహితులను తీసుకురావడం సాధ్యమవుతుంది.

మంచితనం చాలా ప్రమాదకరం, ఇది ఒక వ్యక్తిని ఇబ్బందుల్లో మరియు కష్టాల్లోకి నెట్టవచ్చు.

"ఎ ఫ్రెండ్ ఇన్ నీడ్ ఈజ్ ఎ ఫ్రెండ్ నిజానికి".

"స్నేహం & మంచితనం డబ్బు పరంగా ఎప్పటికీ కొలవబడదు".

దేవుడు మరియు ఆత్మ

మనం ఎలా ఉన్నామో ఇద్దరికి మాత్రమే తెలుసు.
ఒకటి దేవుడు మరియు మరొకటి ఆత్మ.
'ఎలా ఉన్నాం' అని ఆరా తీస్తే, ఈ ఇద్దరూ ఎక్కడా కనిపించరు.
ఒకే ఒక్క పరిష్కారం మిగిలి ఉంది, అంటే, 'ఈ జీవిత ఆటలో మన శైలికి మనం ఎలా ఉన్నాం' అనే దానిపై అంతర్గత ఆత్మ ద్వారా మనం స్వీయ-వాదన చేయాలి.

చెట్టు సత్యం:

ఆకులు మరియు పండ్లు రాలినందుకు చెట్టు ఎప్పుడూ బాధపడదు.
ఆకులు మరియు పండ్లను కొత్తగా ఎప్పుడు ప్రారంభించాలో అది వేచి ఉంది.
ఈ ధర్మాన్ని, సత్యాన్ని ప్రజలు చెట్టు తత్త్వం నుండి నేర్చుకోవాలి.

చెట్టు మరియు ప్రజలు ప్రకృతి నుండి వచ్చినవి, మరియు ఈ తత్వశాస్త్రం రెండింటికీ వర్తిస్తుంది.

ఎటర్నల్ లా

ధర్మం (ధర్మం, ప్రకృతి చట్టం) అక్షరక్రమంలో ధైర్యంగా ఉండమని సత్యం యొక్క నియమాన్ని అడుగుతుంది. కానీ కొన్నిసార్లు నిజం నిందను తెచ్చి మన తలపై అగ్నిని విసిరివేస్తుంది. ఇది కర్మ వలన. శాశ్వతమైన చట్టం లక్షణం 'పునర్జన్మ మరియు కర్మపై నమ్మకం'.

ధర్మం = ధర్మం, శాశ్వతమైన చట్టం, ప్రకృతి నియమం

ధర్మశాస్త్రం లేదా జీవిత ఉద్దేశ్యం ప్రకారం, జీవితం ఒక లక్ష్యాన్ని నెరవేర్చడానికి భౌతిక రూపాన్ని తీసుకుంది. ఇందులో మూడు అంశాలు ఉన్నాయి- (1) మనలో ప్రతి ఒక్కరూ నిజమైన మరియు నిజమైన స్వభావాన్ని కనుగొనాలి (2) ప్రతి ఒక్కరిలో ఎవరికీ లేని ప్రత్యేకమైన మరియు

ప్రత్యేకమైన ప్రతిభ మరియు కళ ఉంటుంది (3) ప్రతి ఒక్కరూ మన ప్రతిభతో మన తోటి జీవులకు సేవ చేయాలి, తద్వారా మనం మన ఆత్మ యొక్క పారవశ్యం మరియు ఆనందాన్ని అనుభవించండి. ఇది అన్ని లక్ష్యాల లక్ష్యం.

నీతి అనేది ఒక వ్యక్తి నుండి ఆశించే నైతిక మరియు మతపరమైన విధులు తప్ప మరొకటి కాదు. ఇందులో ప్రధాన ఇతివృత్తం ఒక విశ్వాస వ్యవస్థ, సంస్కృతి మరియు మేధో జీవితం.

<u>గ్రేప్ యార్డ్</u>

ఎవరైనా 'తలపట్టుకుని, గర్వంగా' అనిపిస్తే, దయచేసి శ్మశాన వాటికలో ఒకసారి చూడండి. చాలా మంది ఉన్నత మేధావులు, బలమైన & ప్రభావవంతమైన వ్యక్తులు, పెద్ద షాట్లు & ధనవంతులు ఇసుకలో 'విలీనం & కలిసిపోయారు'. రూట్ అందరికీ ఒకటే. హెడ్స్ట్రాంగ్

& గర్వం ఎప్పుడూ స్మశాన వాటిక వద్ద రక్షించడానికి రాదు.

అధ్యాయం 33
4వ ఆత్మ తన మనసును వ్యక్తపరుస్తుంది:
నాల్గవ దెయ్యం సోల్ సోల్స్ వరల్డ్‌కి వారి ప్రయాణంలో ఇతర దెయ్యాల ఆత్మలకు ఈ క్రింది విధంగా చెబుతుంది:

__డ్రీమ్స్ మరియు ట్రూత్__

మా పరిధిలో ఉన్న విషయాలను చూడవచ్చు. ఏది కాదు, మేము కలలో చూస్తాము. కలలను నిజం చేయగలిగితే, అలాంటి వ్యక్తి గొప్పవాడు. స్వీట్ డ్రీమ్స్ ఎల్లప్పుడూ మంచివి. ఇది ఎప్పుడూ డబ్బు ఖర్చు చేయదు. అన్ని కలలు ఉచితం. దేవుడు ఈ సౌకర్యాన్ని కల్పించాడు.

నమ్మకం నమ్మకం

మన విశ్వాసాన్ని మనం విశ్వసిస్తే, అది మన బలం అవుతుంది. మనం ఇతరులపై నమ్మకం ఉంచితే అది బలహీనత అవుతుంది. ఒక వ్యక్తి పుట్టుకతో మరియు స్వభావంతో ఇతరుల వలె శక్తివంతమైనవాడు. మన స్వంత విశ్వాసాన్ని నిలుపుకుందాం, ఆత్మవిశ్వాసం మరియు ఇతరులపై ఆధారపడకుండా ఉండండి.

కరెన్సీ

ఒకరు కరెన్సీని సంపాదించడం చూస్తే, అది అతను/ఆమె/సంస్థలకు ఉపయోగపడుతుంది. మంచితనం పొందాలని చూస్తే అది అందరికీ ఉపయోగపడుతుంది. కానీ, డబ్బు ఎక్కువ కాలం నిలవదు. అయితే, మంచితనం చరిత్ర పుటల్లో

చిరస్థాయిగా నిలిచిపోతుంది. మంచితనం అమూల్యమైనది మరియు డబ్బు విలువలేనిది.

దౌత్యం

బీర్ కార్టన్ కొనండి. ఏమి ఇబ్బంది లేదు. మీరు అన్ని బాటిళ్లను ఫ్రిజ్‌లో ఉంచితే, భార్య చికాకు పొంది యుద్ధం ప్రకటించింది. మీరు ఒక సీసాని ఫ్రిజ్‌లో ఉంచి తింటే, భార్యకు చికాకు ఉండదు. ఒక సీసా బీర్‌ను ఫ్రిజ్‌లో ఉంచండి మరియు అన్ని వేళలా అదే విధంగా తినండి. ఇది దౌత్యం.

సంతృప్తి

దేవుడు కూడా ప్రజలందరినీ సంతృప్తి పరచలేడు. మానవుడు అన్ని విషయాలను సంతృప్తి పరచడం ఎలా సాధ్యం. కాబట్టి, అంతర్గత హృదయం ఏదైతే బాగుంటుందో, దానికి అనుగుణంగా ముందుకు సాగాలి. గమ్యం ఇది దూరం కాదు. 1000 మైళ్లు నడవకూడదు మరియు గమ్యాన్ని చేరుకోవడానికి 1 మైలు గమ్యం నడవాలి.

విజయానికి ఓటమి

ఓటమికి కారణం తన తప్పు అని అనుకోకూడదు.
ఈ తప్పుడు దశలు విజయానికి పాఠాలు.

విజయానికి రహస్యం

విజయ రహస్యం 3 విషయాలను కలిగి ఉంటుంది.
అవి - నిశ్శబ్దం, నైపుణ్యం మరియు చిరునవ్వు.
అత్యంత విజయవంతమైన వ్యక్తులు ఈ
మూడింటిని అనుసరిస్తారు.

జ్ఞాపకాలు

జీవితంలో బాధాకరమైన మరియు మధురమైన
జ్ఞాపకాలు ఉన్నాయి. కొన్ని-ఎప్పుడూ
బాధాకరమైన జ్ఞాపకాలు మాత్రమే ఒక వ్యక్తిని
వెంటాడతాయి. దుఃఖకరమైన జ్ఞాపకాలను డస్ట్
బిన్‌లో విసిరి, మెదడును తీపి జ్ఞాపకాలతో నింపే
అదృష్టవంతులు. అన్ని బాధాకరమైన జ్ఞాపకాలను
దూరంగా ఉంచే ఆలోచనా శక్తి ప్రజలకు ఉండాలి.

వైఫ్ ప్రివిలేజ్

భార్య మాటలు వినడం అనేది వెబ్‌సైట్ యొక్క
T&Cలను చదవడం లాంటిది. మీకు ఏమీ అర్థం

కాలేదు, ఇప్పటికీ మీరు అంగీకరిస్తున్నారు. భార్యకు భర్త బ్లాంక్ చెక్ తప్ప మరొకటి కాదు. భర్త క్రెడిట్ మరియు డెబిట్ కార్డులు భార్యకు హక్కుగా ఉండే ఆస్తి.

మృత్యువును తరిమికొట్టండి

మీరు మరణాన్ని పట్టించుకోకపోతే మరణం చచ్చిపోతుంది. ధైర్యంగా ఉండండి మరియు ఆసుపత్రిలో మంచం పట్టినప్పుడు పట్టించుకోకండి, మరణం మీకు ఎప్పుడూ రాదు. "మరణం బలహీన హృదయాలకు మాత్రమే మరియు ధైర్య హృదయాలకు కాదు". ఆరోగ్యం కోసం శ్రద్ధ వహించేవాడు, మరణం జీవితం కోసం శ్రద్ధ వహిస్తాడు.

నష్ట నియంత్రణ

ఆస్తి, ప్రేమ, విశ్వాసం, ఇమేజ్, స్నేహం, సంబంధం లేదా ఉద్యోగం కావచ్చు పోగొట్టుకున్న వస్తువులను పొందడం చాలా కష్టం. మూర్ఖమైన & తెలివిలేని చర్యలు ప్రజలను అడ్డంకులతో ఇబ్బందులకు గురి చేస్తాయి. కోల్పోయిన వస్తువులను తిరిగి

పొందడానికి/ తిరిగి పొందడానికి కొన్నిసార్లు జీవిత కాలం పడుతుంది.

కోరిక మరియు ఆకలి

కోరిక ఆకలిగా అనిపిస్తే, డిజైర్ మిమ్మల్ని చితకబాది, మింగేసి, కనికరం లేకుండా మొత్తం జీవితాన్ని నాశనం చేస్తుంది.

కాబట్టి, జీవితంలో కోరికలను దూరంగా ఉంచండి. కేవలం నిజమైన ఆకలి అనుభూతి మరియు జీవితాన్ని గడపండి. చాలా అవాంఛిత కోరికలు జీవితాన్ని నాశనం చేస్తాయి.

అధ్యాయం 34

5వ ఆత్మ తన మనసులోని ఆలోచనలను వ్యక్తపరుస్తుంది.

ఐదవ దెయ్యం సోల్ సోల్స్ ప్రపంచానికి వారి ప్రయాణంలో ఇతర ఘోస్ట్‌లకు ఈ క్రింది వాటిని చెబుతుంది:

సమయం మరియు మలుపు

"కాలం మనకోసం ఆగదు.. సమయం కోసం ఎదురుచూడాలి.
సమయం అనుకూలంగా లేకపోతే, బాధపడాల్సిన అవసరం లేదు. మా సమయం వచ్చే వరకు వేచి ఉండండి.
వేరే వెళ్ళలేదు."

ఇతరులను అలరిస్తుంది

"ఎవరైనా ఎక్కువసేపు ఇతరులను అలరించాలనుకుంటే, అలాంటి వ్యక్తి మొదట సంతోషంగా మరియు ఆరోగ్యంగా ఉండాలి.
అలాగే, ఒకరు ఓడ ఆకారంలో ఆరోగ్యంగా మరియు సంతోషకరమైన స్థితిలో ఉండాలి.

సలహాలను వినండి

సలహాలు వినడం కష్టంగా ఉంటే, మరియు చెప్పాలంటే, అవి మంచివి అయితే, తెలివిగల దృష్టితో జీవితంలో అలాంటి సలహాలను

స్వీకరించడానికి మనస్సు తరంగాల పొడవు ఉంటుంది.

మంచి అడుగు

'క్రికెట్‌లో గెలవాలంటే ఒక్క పరుగు సరిపోతుంది.
జీవితంలో గెలవాలంటే ఒక్క అడుగు చాలు.
కానీ ఆ అడుగు సరైన మార్గంలో ఉండాలి."

వాస్తవికత

అసహనం చెడు విషయాలకు దారి తీస్తుంది.
అవమానం కక్షకు దారి తీస్తుంది.
సందేహం అధ్యాయం ముగింపుకు దారి తీస్తుంది.
ఆప్యాయత మరియు అనుబంధం దగ్గరికి దారి తీస్తుంది

కాబట్టి, జీవితంలో ముఖ్యంగా సమాజంలోని వ్యక్తులతో వ్యవహరించే సమస్యలపై ఏదైనా వ్యూహం లేదా నిర్ణయం తీసుకునే ముందు సమతుల్య ఆలోచనలను కలిగి ఉండాలి.

ప్రతి పదం మరియు ప్రతి వాక్యాన్ని జాగ్రత్తగా ఉచ్చరించాలి, తద్వారా తప్పుగా అర్థం

చేసుకోవడానికి లేదా అపార్థానికి ఆస్కారం ఉండకూడదు.

అయినప్పటికీ, ఒకరు పదాలు లేదా వాక్యాలను స్వయంగా సమర్థించుకోవాలి కాబట్టి అక్షరక్రమం చేయాలి మరియు చర్యలు మరియు ప్రతిచర్యలను గమనించాలి.

ఎంజాయ్మెంట్

ఆనందించడం తప్పు కాదు.

కానీ, భవిష్యత్తు జీవితాన్ని ఆనందమనే విషవలయంలో పాడు చేసుకోవడం తప్పు.

చెడు వలయం మరియు చెడు అలవాట్ల వల్ల చాలా మంది సమాజంలో చెడిపోతారు.

అలవాట్లపై నియంత్రణ ఉండాలి.

మీరు చుట్టూ ఉన్న వ్యక్తులను గమనించాలి.

ఒకరి ఆర్థిక మరియు లగ్జరీ స్థితిని చూసి ప్రజలు స్నేహం చేస్తారు.

స్నేహం చేయడం గురించి వ్యక్తి నిర్ణయించుకోవాలి. రోజులు ఒకేలా ఉండవు.

ప్రజలు రాజకీయాలు చేస్తూ మిమ్మల్ని జీరో చేసి కిందకు లాగుతారు.

ఇది అసూయ ప్రపంచం.

ఒక చిన్న పొరపాటు మిమ్మల్ని సమస్యలో పడేస్తుంది మరియు ప్రతిష్టను కోల్పోతుంది.

అధ్యాయం 35:

ఆరవ ఆత్మ తన అభిప్రాయాన్ని వ్యక్తపరుస్తుంది:

ఆరవ దెయ్యం సోల్ సోల్స్ వరల్డ్కి ప్రయాణం చేస్తున్న అన్ని ఇతర ఘోస్ట్స్ సోల్లకు ఈ క్రింది విధంగా చెబుతుంది:

1. చెడ్డ ప్రారంభం చెడు ముగింపును చేస్తుంది.

2. మంచి దావా కంటే చెడ్డ మొక్కజొన్న వాగ్దానం మంచిది.

3. చెడ్డ పనివాడు తన పనిముట్లతో గొడవ పడ్డాడు.

4. టేరం ఒక టేరం.

5. ఒక బిచ్చగాడు ఎప్పటికీ దివాళా తీయలేడు.

6. చేతిలో ఉన్న పక్షి పొదలో రెండు విలువైనది.

7. పక్షి దాని పాట ద్వారా తెలిసి ఉండవచ్చు.

8. నల్ల కోడి తెల్లటి గుడ్డు పెడుతుంది.

9. అంధుల గుడ్డి నాయకుడు.

10. గుడ్డివాడు చూసి సంతోషిస్తాడు.

11. విచ్ఛిన్నమైన స్నేహం కరిగిపోవచ్చు, కానీ ఎప్పటికీ మంచిగా ఉండదు.

12. ఒకరి స్వంత ఎంపిక యొక్క భారం అనుభూతి చెందదు.

13. కాలిన పిల్లవాడు అగ్నికి భయపడతాడు.

14. చేతి తొడుగులు ధరించిన పిల్లి ఎలుకలను పట్టుకోదు.

15. పార్లేలు సగం పొందిన నగరం.

16. మొరటు మంజూరు కంటే పౌర తిరస్కారణ ఉత్తమం.

17. మురికి అల్పాహారం కంటే శుభ్రమైన ఉపవాసం ఉత్తమం.

18. శుభ్రమైన చేయి కడుక్కోకూడదు.

19. స్పష్టమైన మనస్సాక్షి తప్పుడు ఆరోపణలకు నవ్వుతుంది.

20. దగ్గరి నోరు ఈగలు పట్టదు.

21. ఆత్మవిశ్వాసం తన స్వంత ఒంటిపై పరాక్రమంగా ఉంటుంది.

22. పగిలిన గంట ఎప్పుడూ బాగా వినిపించదు.

23. ఒక క్రీకింగ్ తలుపు దాని అతుకుల మీద చాలా పొడవుగా వేలాడుతోంది.

24. కర్స్ట ఆవుకు చిన్న కొమ్ములు ఉంటాయి.

25. ఊహించిన ప్రమాదం సగం నివారించబడుతుంది.

26. బకెట్ లో ఒక డ్రాప్.

27. మునిగిపోతున్న వ్యక్తి గడ్డిని పట్టుకుంటాడు.

28. సరసమైన ముఖం చెడ్డ హృదయాన్ని దాచవచ్చు.

29. ఒప్పుకున్న తప్పు సగం పరిష్కరించబడుతుంది.

30. లేపనంలో ఒక ఫ్లై.

31. ఒక మూర్ఖుడు ఎప్పుడూ ముందుకు దూసుకుపోతాడు.

32. ఒక మూర్ఖుడు మరియు అతని డబ్బు త్వరలో విడిపోతుంది.

33. నలభై ఏళ్ళ మూర్ఖుడు నిజంగా మూర్ఖుడు.

34. జ్ఞాని ఏడింటిలో సమాధానమివ్వగల దానికంటే మూర్ఖుడు ఒక గంటలో ఎక్కువ ప్రశ్నలు అడగవచ్చు 7 సంవత్సరాలు.

35. వంద మంది జ్ఞానులు తీయలేని బావిలో మూర్ఖుడు రాయి వేయవచ్చు. 36. మూర్ఖుని నాలుక అతని తెలివి ముందు నడుస్తుంది.

37. బలవంతపు దయ కృతజ్ఞతకు అర్హమైనది కాదు.

38. ఫాల్ మార్న్ ఫెయిర్ డేగా మారవచ్చు.

39. ఒక నక్కను ఒకే వలలో రెండుసార్లు తీయరు.

40. అవసరమైన స్నేహితుడు నిజంగా స్నేహితుడు.

43. అవసరమైనంత వరకు స్నేహితుడు ఎప్పటికీ తెలియదు.

42. అందరికీ స్నేహితుడు ఎవరికీ స్నేహితుడు కాదు.

43. శత్రువు యొక్క చిరునవ్వు కంటే స్నేహితుని కన్నెత్తి చూడటం మంచిది.

44. మంచి దోమ సుత్తికి భయపడదు.

45. మంచి ప్రారంభం సగం యుద్ధం.

46. మంచి ప్రారంభం మంచి ముగింపునిస్తుంది.

47. ఒక మంచి పని ఎప్పటికీ కోల్పోదు.

48. మంచి కుక్క మంచి ఎముకకు అర్హమైనది.

49. ఒక మంచి ఉదాహరణ ఉత్తమ ఉపన్యాసం.

50. మంచి ముఖం సిఫార్సు లేఖ.

51. మంచి జాక్ మంచి జిల్ చేస్తుంది.

52. ఒక మంచి మార్క్స్ మాన్ మిస్ కావచ్చు.

53. ఐశ్వర్యం కంటే మంచి పేరు గొప్పది.

54. గెలిచిన దానికంటే మంచి పేరు త్వరగా పోతుంది.

55. మంచి పేరు తన మెరుపును చీకటిలో ఉంచుతుంది.

56. మంచి భార్య మంచి భర్తను చేస్తుంది.

57. గొప్ప కట్నం ముళ్ళతో నిండిన మంచం.

58. గొప్ప అదృష్టం గొప్ప బానిసత్వం.

59. ఒక గొప్ప ఓడ లోతైన జలాలను అడుగుతుంది.

60. అపరాధ మనస్సాక్షికి అపవాది అవసరం లేదు.

61. పగులగొట్టడానికి గట్టి గింజ.

62. బరువైన పర్సు తేలికైన హృదయాన్ని చేస్తుంది.

63. మధ్య ఒక హెడ్జ్ స్నేహాన్ని పచ్చగా ఉంచుతుంది.

64. తేనె నాలుక, పిత్తాశయ హృదయం.

65. ఆకలితో ఉన్న కడుపుకి చెవులు లేవు.

66. ఆకలితో ఉన్నవాడు కోపంగా ఉన్నవాడు.

67. ఎ జాక్ ఆఫ్ ఆల్ ట్రేడ్స్ ఈజ్ మాస్టర్ ఆఫ్ నన్.

68. ఒక జోక్ ఎప్పుడూ శత్రువును పొందదు కానీ తరచుగా స్నేహితుడిని కోల్పోతుంది.

69. ఒక న్యాయవాది తనకు తానుగా చట్టానికి వెళ్లడు.

70. ఒక సోమరి గొర్రె తన ఉన్ని బరువుగా భావిస్తుంది.

71. అబద్ధాలు చెప్పేవాడు నిజం మాట్లాడితే నమ్మడు.

72. అబద్ధం అబద్ధాన్ని పుట్టిస్తుంది.

73. తేలికపాటి పర్స్ ఒక భారీ శాపం.

74. తేలికపాటి పర్సు భారమైన హృదయాన్ని చేస్తుంది.

75. ఒక చిన్న శరీరం తరచుగా గొప్ప ఆత్మను కలిగి ఉంటుంది.

76. ఒక చిన్న అగ్ని త్వరగా త్రొక్కబడుతుంది.

77. మనిషి ఒక్కసారి చనిపోవచ్చు.

78. ఒక మనిషి తన కంటే ఎక్కువ చేయలేడు.

79. ఒక వ్యక్తి అతను ఉంచే సంస్థ ద్వారా పిలుస్తారు.

80. మాటలతో కాని చేతలతో కానివాడు కలుపు మొక్కలతో నిండిన తోట వంటివాడు.

81. లోపముగల తండ్రి తప్పిపోయిన కొడుకును చేస్తాడు.

82. ఒక మిస్ మైలు అంత మంచిది.

83. ఒక కొత్త చీపురు శుభ్రంగా ఊడుస్తుంది.

84. ప్రభువు సమ్మతించడం మూర్ఖుడికి అల్పాహారం.

85. ఒక పెన్నీ ఆదా చేయబడినది ఒక పెన్నీ.

86. ఒక పెన్నీ ఆత్మ ఎప్పుడూ రెండు పైసలకు రాలేదు.

87. నిశ్శబ్ద మనస్సాక్షి ఉరుములలో నిద్రిస్తుంది.

88. రోలింగ్ రాయి నాచును సేకరించదు.

89. చతురస్రాకార రంధ్రంలో ఒక రౌండ్ పెగ్.

90. పిరికి పిల్లి గర్వించే ఎలుకను చేస్తుంది.

91. మౌనంగా ఉన్న మూర్ఖుడు జ్ఞానవంతుడు.

92. ఒక చిన్న లీక్ గొప్ప ఓడను మునిగిపోతుంది.

93. మృదువైన సమాధానం కోపాన్ని దూరం చేస్తుంది.

94. మంచి శరీరంలో మంచి మనస్సు.

95. సమయం లో ఒక కుట్టు తొమ్మిది ఆదా చేస్తుంది.

96. టీకప్పులో తుఫాను.

97. దొంగ కంటే టాట్లర్ చెడ్డవాడు.

98. తోడేలుకు తోడేలు తెలిసినట్లుగా దొంగకు దొంగ తెలుసు.

99. దొంగతనం ధనవంతుడిని చేసినప్పుడు ఒక పెద్దమనిషి కోసం దొంగ పాస్ చేస్తాడు.

100. బెదిరింపు దెబ్బ అరుదుగా ఇవ్వబడుతుంది.

101. చెట్టు దాని ఫలాన్ని బట్టి తెలుస్తుంది.

102. పందెం ఒక మూర్ఖుడి వాదన.

103. చూసే కుండ ఎప్పటికీ ఉడకదు.

104. తెలివైనవాడు తన మనసు మార్చుకుంటాడు, మూర్ఖుడు ఎప్పటికీ మారడు.

105. గొర్రెల దుస్తులలో తోడేలు.

106. ఒక అద్భుతం తొమ్మిది రోజులు మాత్రమే ఉంటుంది.

107. జ్ఞానులకు ఒక మాట సరిపోతుంది.

108. మాట్లాడిన మాట గతం గుర్తుకు వస్తుంది.

109. పదాల కంటే చర్యలు బిగ్గరగా మాట్లాడతాయి.

110. కష్టాలు గొప్ప స్కూల్ మాస్టర్.

111. ప్రతికూలత వింత బెడ్‌ఫెలోలను చేస్తుంది.

112. తుఫాను తర్వాత ప్రశాంతత వస్తుంది.

113. రాత్రి భోజనం తర్వాత గణన వస్తుంది.

114. రాత్రి భోజనం తర్వాత కాసేపు కూర్చోండి (నిద్ర), రాత్రి భోజనం తర్వాత ఒక మైలు నడవండి.

115. వర్షం తర్వాత సరసమైన వాతావరణం వస్తుంది.

116. మా తర్వాత ప్రళయం.

117. వృద్ధులు గుర్రంపై వస్తారు, కానీ కాలినడకన వెళ్లిపోతారు.

118. అందరూ మంచి ఆడపిల్లలే, కానీ చెడ్డ భార్యలు ఎక్కడి నుండి వచ్చారు?

119. అందరూ మనతో న్యాయంగా మాట్లాడే స్నేహితులు కాదు.

120. అందరూ కొమ్ము కొట్టే వేటగాళ్ళు కాదు.

121. అందరూ తేలిగ్గా నృత్యం చేసే ఉల్లాసంగా ఉండరు.

....

36 అధ్యాయం

ఆత్మల ప్రపంచం

చివరగా, మొత్తం ఆరు దెయ్యాల ఆత్మలు సోల్స్ వరల్డ్ సరిహద్దు చెక్ పోస్ట్‌కు చేరుకుంటాయి.

చెక్ పోస్ట్ వద్ద, ఈ సిక్స్ గోస్ట్స్ హెవెన్స్ ఏంజిల్స్ ప్లానెట్ సెక్యూరిటీ ద్వారా ఆపివేయబడ్డాయి.

సోల్స్ వరల్డ్‌లోని పోర్ట్ ఆఫ్ ఎంట్రీ వద్ద మోహరించిన సెక్యూరిటీ సోల్స్ వరల్డ్‌లోకి ప్రవేశించడానికి అనుమతులను అడుగుతుంది.

మొత్తం ఆరు ఆత్మలు అనుమతి లేఖలను అర్థం చేసుకోలేకపోయాయి.

అనుమతులు ఏమిటని అడుగుతుంది.

సోల్స్ వరల్డ్ ఎంట్రీ పోర్ట్‌లోని సెక్యూరిటీ ఈ ఆరు దెయ్యాల ఆత్మలను మీరు 20 రోజుల పాటు భూమి యొక్క అవినీతి నిరోధక నిర్బంధంలో 30 రోజులు ఉండవలసి ఉంటుందని కోరింది, ఎందుకంటే మేము భూమి నుండి చాలా కథలు వింటున్నాము.

ఇక్కడ సోల్స్, వరల్డ్ సోల్స్ వరల్డ్‌లోకి ప్రవేశాన్ని అనుమతించడంలో చాలా కఠినంగా ఉంది, ముఖ్యంగా ఎర్త్ ప్లానెట్ నుండి వచ్చే సోల్స్.

సోల్స్ వరల్డ్ ఎంట్రీ పోర్ట్ వద్ద భద్రత కూడా వారికి బస చేసే ప్రదేశాన్ని మరియు ఈ ఆరు ఘోస్ట్ సోల్స్‌కు సౌకర్యాలను అందించింది.

అలాగే 30 రోజుల సోల్ క్వారంటైన్ తర్వాత, మీరు సోల్స్ వరల్డ్ చీఫ్ సెక్యూరిటీ ఇంచార్జ్‌ని కలవాల్సిందిగా సూచించబడతారని ఈ ఆరు ఘోస్ట్ సోల్స్‌కి చెప్పబడింది.

ఈ ఆరు ఘోస్ట్ సోల్స్ అంగీకరించాయి మరియు సోల్స్ క్వారంటైన్‌లో ఉన్నాయి.

30 రోజుల తర్వాత, ఆరు ఘోస్ట్ సోల్స్ చీఫ్ సెక్యూరిటీ ఇన్‌ఛార్జ్‌ని కలుసుకున్నారు మరియు ఈ క్రింది చర్చ జరిగింది.

<u>ఘోస్ట్ సోల్స్:</u>
మనం లోపలికి రావచ్చు
<u>చీఫ్ సెక్యూరిటీ ఇస్ ఛార్జి:</u>
అవును, లోపలికి రండి
ఒక ఆత్మ అంటుంది, మనం భూమి నుండి వచ్చాము.

రెండవ ఆత్మ చెబుతుంది, మమ్మల్ని ప్రభుత్వం బలవంతంగా నాశనం చేసింది.

మూడవ ఆత్మ చెబుతుంది, మేము త్వరలో పునర్జన్మ పొందాలనుకుంటున్నాము.

నాల్గవ ఆత్మ చెబుతుంది, మేము దెయ్యాల వలె చాలా కష్టపడ్డాము.

ఐదవ ఆత్మ చెప్పింది, మనం భూమిపై విసిగిపోయాము.

ఆరవ ఆత్మ చెప్పింది, మేము సోల్స్ వరల్డ్‌లో విశ్రాంతి తీసుకోవాలనుకుంటున్నాము.

చీఫ్ సెక్యూరిటీ I/c:

మీరు భూమి నుండి ఏమి తెచ్చారు?

ఏదైనా, వోడ్కా, స్కాచ్, విస్కీ, బ్రాందీ, రమ్ లేదా జిన్.

లేదా ఏదైనా డైమండ్స్.

ఇక్కడ సోల్స్ వరల్డ్‌లో మాత్రమే బార్టర్ సిస్టమ్ వోగ్‌లో ఉంది.

పేపర్ కరెన్సీ వ్యవస్థ లేదు.

సోల్స్ వరల్డ్ పేపర్ కరెన్సీని గుర్తించదు.

దానికి ఇక్కడ విలువ లేదు.

బంగారం మరియు వజ్రాలు మాత్రమే.

వజ్రాల కొరత విషయంలో బంగారం కూడా చాలా అరుదుగా అంగీకరించబడుతుంది.
సోల్స్ వరల్డ్‌లో బంగారం విలువ చాలా తక్కువ.

ఆత్మలు:
మేము భూమి నుండి ఏమీ తీసుకురాలేదు.
ఇక్కడ సోల్స్ వరల్డ్‌లో పని చేసే వ్యవస్థ గురించి మాకు తెలియదు.
మేము చాలా త్వరగా మరణించాము మరియు మా జీవితాలను ముగించాము.
మీరు అవకాశం ఇస్తే, మా స్నేహితులు మరియు బంధువులు చనిపోయినప్పుడల్లా మీ వజ్రాలను తీసుకురావాలని మేము తెలియజేస్తాము.
అప్పటి వరకు, మేము ఇప్పుడు నిస్సహాయంగా ఉన్నాము.

చీఫ్ సెక్యూరిటీ ఇన్ ఛార్జ్:
ఆ సమయం వరకు మీరు పేయింగ్ గెస్ట్‌లుగా పరిగణించబడతారు మరియు మీరు ఈ సోల్స్ వరల్డ్‌కు సమయానికి రానందున మరియు మీరు అనధికారికంగా భూమిపై ఎక్కువ సమయం

గడిపినందున మీరు అనుమతించని బస కోసం మొత్తం వడ్డీని చెల్లించాలి. సోల్స్ వరల్డ్‌కు సమాచారం లేకుండా.

ఆత్మలు:

వావ్. ఏమి నియమం. ఇక్కడ కూడా మీరు కఠినమైన నియమాలను కలిగి ఉన్నారు.

ఆత్మల కోసం మీ బస నియమాలు అన్ని గ్రహాలు మరియు నక్షత్రాలకు పంపిణీ చేయబడుతున్నాయా?

సోల్స్ వరల్డ్ ప్లానెట్‌లో ఈ సోల్స్ రూల్స్ మా ఎర్త్ ఫెలోలకు ఎందుకు తెలియవు?

నాయకులు కూడా మా ఆత్మలపై జూదం మరియు రాజకీయాలు ఆడుతున్నారు, అన్ని సిక్స్ ఘోస్ట్ సోల్స్ గురించి చర్చించారు. కానీ, మేము నిస్సహాయులం.

చీఫ్ సెక్యూరిటీ I/c:

ఇప్పుడు చెప్పు, నువ్వు ఇక్కడ ఏం చేయబోతున్నావో.

మీరు ఇక్కడ సోల్స్ వరల్డ్‌లో చెప్పాలనుకుంటున్నారా లేదా మీరు ఈ ప్లానెట్ నుండి బయటకు పంపాలనుకుంటున్నారా? మీరు మా సమయాన్ని వృధా చేయలేరు.

మాకు మా స్వంత సమస్యలు మరియు పెర్ట్-చార్ట్ ప్రోగ్రామ్‌లు ఉన్నాయి.

మేము మా డైలీ వర్క్ షీట్ లాగ్ బుక్‌ను సమర్పించాలి.

లేకపోతే, మనం ఈ సోల్స్ ప్లానెట్ నుండి విసిరివేయబడతాము.

<u>మొత్తం ఆరు ఆత్మలు:</u>

తమలో తాము చర్చించుకున్నారు. సత్వర నిర్ణయానికి వచ్చారు.

చీఫ్ సెక్యూరిటీ ఇన్‌ఛార్జ్‌తో మాట్లాడుతూ, మేము మీ అన్ని నియమాలు మరియు నిబంధనలకు అంగీకరిస్తున్నాము.

మేము మీ షరతులకు కట్టుబడి ఉంటాము.

ఈ ఆరు ఘోస్ట్ సోల్స్‌కు ఆశ్రయం కల్పించబడింది, వారి పునర్జన్మ వచ్చింది.

ఆరు ఆత్మలు:

మనం ప్రత్యేక గ్రహంలో ఉన్నాం.

ఇక్కడ నియమాలు చాలా కఠినంగా మరియు కఠినంగా ఉంటాయి.

ఇక్కడ మూడు ఆత్మల వర్గాలు ఉన్నాయని తెలుస్తోంది.

పేద మరియు నిస్సహాయ ఆత్మల వర్గం, రాజకీయ ఆత్మల వర్గం మరియు మూడవది మిలియనీర్లు/బిలియనీర్ల ఆత్మల వర్గం.

ప్రధానంగా పొలిటికల్ సోల్స్ మరియు బిలియనీర్ సోల్స్ ఈ సోల్స్ కేటగిరీలో చాలా ఎంజాయ్ చేస్తారు, ఇవి భూమిపై లాగా బాగా ఆనందించండి, పాడటం, డ్యాన్స్ చేయడం మరియు చాలా ఎక్కువ భోజనం చేయడం.

అయితే ఒక్కటి మాత్రం నిజం.

ఈ రెండు వర్గాల ఆత్మలు ఎప్పటికీ త్వరగా పునర్జన్మ పొందవు మరియు ఈ ఆత్మలన్నీ పెద్ద క్యూలో మరియు పెద్ద వెయిటింగ్ లిస్ట్లో ఉన్నాయి,

ఎందుకంటే భూమిలో రాజకీయ ఆత్మలు మరియు బిలియనీర్ సోల్స్ ఉన్నాయి.

నిజమైన అవసరం మరియు అవసరం ఉంటే తప్ప, ఈ రెండు వర్గాల ఆత్మలు భవిష్యత్తులో పునర్జన్మ పొంది భూమికి పంపబడవు.

పేద మరియు నిస్సహాయ ఆత్మలు' వర్గం వారి ప్రవర్తనా వైఖరులు బాగుంటే, వారికి అతి త్వరలో పునర్జన్మ పొందే మంచి అవకాశం ఉంది, SOULS' WORLD యొక్క చీఫ్ సెక్యూరిటీ ఇన్‌ఛార్జ్ చెప్పారు.

దీని కోసం ఈ ఘోస్ట్ సిక్స్ సోల్స్ 'నిజాయితీగా ఉండాలని మరియు SOULS' WORLDలో ఉన్న సమయంలో, నిర్దేశించిన అన్ని నియమాలు మరియు నిబంధనలకు కట్టుబడి మంచి ప్రవర్తనా వైఖరిని కొనసాగించాలని కోరుకున్నారు.

అంతకుమించి, ఈ ఆరుగురు ఆత్మలు భూమికి తిరిగి వెళ్ళడానికి చాలా దృఢంగా ఉన్నాయి,

ఎందుకంటే వారి చిన్న-క్లోజ్డ్ లైఫ్ మరియు వారి కుటుంబం, కిత్ మరియు బంధువులకు సహాయం చేయాలని కోరుకున్నారు.

ఈ ఆరు ఆత్మలు SOULS WORLDలో ఉన్న ఐదు గుంపులను గమనించి, విన్నాయి

(1) సాధారణ ఆత్మలు

(2) సినీ కళాకారుల ఆత్మలు

(3) రాజకీయ నాయకుల ఆత్మలు

(4) బిజినెస్ మాగ్నెట్ సోల్స్

(5) నేరస్థుల ఆత్మలు

ఈ మొత్తం గుంపుల ఆత్మలు ఈ ఆత్మల ప్రపంచంలోని ఆత్మల కోసం కేటాయించిన వారి సంబంధిత ప్రదేశాలలో కదులుతాయి.

కానీ ఈ సోల్స్ వరల్డ్లో, మంచి జన్మ కోసం పునర్జన్మ పొందడం కోసం ఎటువంటి సిఫార్సులు లేదా ప్రభావం లేదా లంచం ఏమీ లేదు.

ప్రతి ఆత్మల సమూహం దాని స్వంత ప్రత్యేక కార్యక్రమాలు మరియు కదలికలను కలిగి ఉంటుంది.

ప్రతి ఆత్మల సమూహం వారి మరణానికి ముందు భూమిపై వ్యవహరించిన వారి స్వంత సంబంధిత మరియు సంబంధిత సంబంధిత విషయాలను చర్చిస్తుంది, చిట్ చాట్ చేస్తుంది.

ఈ సమూహాల ఆత్మలన్నీ భూమిపై మానవుని కోసం తమ పునర్జన్మ కోసం ఆశిస్తాయి.

ఏ ఆత్మ కూడా భూమిపై జంతువుగా పుట్టడం ఇష్టం లేదు.

అన్ని ఆత్మలు మంచి ఆర్థిక కుటుంబంలో లక్షాధికారులు లేదా బిలియనీర్లుగా జన్మించాలని కోరుకున్నారు, ఎందుకంటే ఈ ఆత్మలు భూమిపై మంచి, విలాసవంతమైన మరియు ఆనందించే జీవితాన్ని గడపాలని కోరుకున్నాయి.

అలాగే, ప్రతి రోజు SOULS'WORLDలో, అన్ని ఆత్మలు, లాబీయింగ్ చేస్తూ, భూమిపై పునర్జన్మ

కోసం లాబీయింగ్ చేస్తూ, రాజకీయాల్లో ఉన్నవారిలాగే, లెజిస్లేటివ్ కౌన్సిల్ టిక్కెట్ల కోసం లేదా పార్లమెంటు సభ్యుల టిక్కెట్ల కోసం తీవ్ర లాబీయింగ్ చేస్తారు. పంచాయత్ రాజ్ ఎన్నికల టిక్కెట్లు లేదా ఏదైనా పోస్ట్ కోసం.

ఇవి SOULS' WORLD వద్ద కార్యకలాపాలు.

అధ్యాయం 37

డాక్టర్ విశాల్ ఆసుపత్రి కార్యకలాపాలు:

డాక్టర్ విశాల్, ఎప్పటిలాగే, కొత్తగా నిర్మించి, స్థాపించిన మల్టీ-స్పెషాలిటీ హాస్పిటల్లో రోగులందరికీ చికిత్స చేస్తున్నారు. అప్పుడు ఒక అసాధారణ విషయం జరిగింది.

తెలియని వైరస్ దావానలంలా వ్యాపించింది.

వైద్యులు మరియు ఆసుపత్రి అధికారులు వ్యాధి ఏమిటో గుర్తించలేకపోయారు.
ఔట్ పేషెంట్ క్లినిక్‌లు వరదలా రోగులతో తేలియాడుతున్నాయి.
చాలా మంది రోగులు క్లినిక్‌లకు తరలివచ్చారు.
సీజనల్ సిక్‌నెస్‌గా భావించి వైద్యులు సాధారణ రోగుల్లానే చికిత్స చేయగలిగారు.
కానీ ఔట్ పేషెంట్స్ క్లినిక్‌లో రోగులు వందల వేలకు చేరుకున్నారు.
చాలా మంది రోగులు ఆస్పత్రుల్లో ఇన్ పేషెంట్లుగా చేరారు.
రోగులకు చికిత్స జరుగుతుండగా, చాలా మంది రోగులు మరణించారు. వ్యాధుల చికిత్స కోసం వైద్యులు సూచించిన మందులు పని చేయలేకపోయాయి. కొన్నిసార్లు వైద్యులు భయపడ్డారు.
చాలా బాధగా అనిపించింది. ఈ మహమ్మారి వైరల్ వ్యాధి మొత్తం గ్రామాలకు మరియు చుట్టుపక్కల ప్రాంతాలకు కూడా వ్యాపించింది.
ఇది మళ్లీ ప్రభుత్వం దృష్టికి వచ్చింది.

డాక్టర్ విశాల్ నర్సులతో సహా అతని బృందం ఔట్-పేషెంట్లు మరియు ఇన్-పేషెంట్లకు చికిత్స చేయడంలో పూర్తిగా నిమగ్నమై ఉన్నారు.
రాత్రి పగలు తేడా లేకుండా వైద్యులు పనిచేస్తున్నారు.
ఆ తర్వాత ఈ మహమ్మారి వ్యాధికి మందు లేదని తెలిసింది. ఈ వైరస్ ఎక్కడ వ్యాపించిందో ప్రభుత్వం గుర్తించలేకపోయింది.
ప్రభుత్వ అధికారులు రంగంలోకి దిగారు.
పోలీసు సిబ్బంది, నోడల్/NGOలు పని చేస్తాయి మరియు వైరస్ బాధిత రోగులందరికీ మాస్కులు, మందులు మరియు రవాణా వంటి అన్ని రకాల మద్దతు మరియు సౌకర్యాలను అందించడంలో సహాయపడతాయి.

ఆసుపత్రిలో పడకలు లేకపోవడంతో రోగుల చికిత్సకు అవసరమైన పడకల ఏర్పాట్లను సిద్ధం చేసేందుకు అనేక ఫంక్షన్ హాళ్లను ప్రభుత్వం అందుబాటులో ఉంచాలని ఆదేశించారు.

అన్ని దుకాణాలు, పాఠశాలలు, సినిమా హాళ్లు, మాల్స్ మరియు ఫంక్షన్లు, మతపరమైన కార్యక్రమాలు మరియు సమావేశాలు, వివాహ కార్యక్రమాలు మొదలైనవాటిని మూసివేయాలని మరియు మూసివేయాలని ఆదేశించారు.

అలాగే ప్రజలంతా ఒకే చోట గుమిగూడవద్దని సూచించారు.

DR విశాల్ మరియు అతని బృందం రోగులందరికీ తీవ్రంగా చికిత్స చేస్తున్నారు.

రోగులందరికీ టిఫిన్ మరియు ఆహారంతో సహా ఎటువంటి రుసుము లేకుండా చికిత్స అందించబడింది.

అన్ని ఉచిత చికిత్స.

చాలా మంది రోగులు ఆసుపత్రి నుండి డిశ్చార్జ్ అయ్యారు.

కొద్దిమంది రోగులు మరణించారు.

ఎక్కడ చూసినా విషాద దృశ్యాలే.

అందుబాటులో ఉన్న అన్ని అంబులెన్స్లను సిద్ధంగా ఉంచారు.

ఆసుపత్రి లాబీలో వేచి ఉన్న పలువురు రోగుల బంధువులు, మరికొందరు కన్నీరుమున్నీరుగా విలపిస్తున్నారు.

ఈ మహమ్మారి వైరస్‌కు కారణం ఇంకా కనుగొనబడలేదు. అధికారిక పని మరియు వ్యాపారం కూడా స్థానభ్రంశం చెందింది.

ఆర్థిక వ్యవస్థ తీవ్ర ఇబ్బందులకు గురైంది.

మనీ సర్క్యులేషన్ లేదు.

ఈ తెలియని పాండమిక్ వైరస్ వ్యాధి యొక్క తీవ్రమైన వ్యాప్తి కారణంగా చాలా బ్యాంకులు, వ్యాపారాలు మరియు ఆర్థిక సంస్థలు మూసివేయబడ్డాయి.

మొత్తం గ్రామం మరియు చుట్టుపక్కల ప్రాంతాలు ఎటువంటి జీవన కార్యకలాపాలు లేకుండా ఖాళీ ప్రదేశంలా కనిపించాయి. గ్రామాల్లో జంతువులు కూడా కనిపించడం లేదు. అంతకుముందు సంవత్సరాల్లో, ఇలా అనేక అంటువ్యాధులు వచ్చాయి.

కానీ అన్ని వ్యాధులు ఇలా ఉండేవి కావు.

ఈ మహమ్మారి వ్యాధి చాలా తీవ్రమైనది, అనేక వందల వేల మంది మరణించారు. ఈ రకమైన వైరస్ కోసం టీకా కనుగొనబడలేదు లేదా గుర్తించబడలేదు లేదా కనుగొనబడలేదు.

ఆ రోజుల్లో సాంకేతికత, పరిశోధన & అభివృద్ధి అంతగా లేవు. ఇది చాలా నిజం.

అవి విపరీతమైన జ్వరం మరియు మలేరియా మొదలైన వాటితో తీవ్రంగా ప్రభావితమైన రోజులు.
ఈ రకమైన వైరల్ వ్యాధికి పెన్సిలిన్ అనే కొత్త ఔషధం కనుగొనబడింది, వైద్యులు సూచించిన మోతాదులో అది బాగా పని చేస్తుంది.
కానీ అజ్ఞానం లేకపోవడం వల్ల ఆ రోజుల్లో కొద్దిమంది డాక్టర్లు పెద్ద మోతాదులో ఇచ్చేవారు.

1977-78 సంవత్సరాల్లో టీబీ అనే మరో పెద్ద వ్యాధి వచ్చింది.
ఈ TB జీవితానికి హాని కలిగించనప్పటికీ, చికిత్స ఉంది.

చాలా మంది ఈ టీబీ బారిన పడ్డారు.

కానీ ఈ టీబీ చికిత్సకు మందు అందుబాటులో ఉంది.

అనాటమీపై వైద్యుల అధ్యయనం పెరిగింది.

వైరస్ మరియు అంటువ్యాధి వ్యాధులు డాక్టర్ విశాల్ ఆసుపత్రి ఉన్న చుట్టుపక్కల ప్రాంతాల మొత్తం వ్యాపించాయి.

డాక్టర్ విశాల్ క్లినికల్ ఎయిడ్ యొక్క అన్ని కార్యకలాపాలను నిర్వహిస్తున్నప్పటికీ చాలా విరామం లేకుండా ఉన్నాడు. అతను అప్పుడు మధ్య వయస్కుడు.

డాక్టర్ విశాల్ తన గ్రామంలో నివాసం ఉంటున్నాడు (అతని మల్టీ-స్పెషాలిటీ హాస్పిటల్ సమీపంలో సీ-షోర్కి సమీపంలో ఉంది. ఒక పెద్ద సంఘటన జరిగింది.

350 మంది ప్రయాణికులతో వెళ్తున్న ఓ పెద్ద ఓడ సముద్ర తీరానికి సమీపంలోనూ, హార్బర్కు సమీపంలోనూ మునిగిపోయింది.

ఈ హార్బర్ DR విశాల్ ఆసుపత్రికి సమీపంలో ఉంది. చాలా మంది నీటిలో మునిగిపోయారు.

చాలా మంది ప్రయాణికులు అపస్మారక స్థితిలో సముద్ర తీరంలో ఉన్నారు.
ఘటనా స్థలంలో కొద్దిమంది మత్స్యకారులు కూడా ఉన్నారు.
సముద్ర తీరంలో కోమాలో ఉన్న వారికి కూడా మత్స్యకారులు సహాయం చేశారు.
ఈ వార్త దావానంలా వ్యాపించింది.
ఆ రోజుల్లో పెద్దగా కమ్యూనికేషన్ వ్యవస్థ లేదు.
ఈ ఘటన డీఆర్ విశాల్‌కు తెలిసింది. వెంటనే డాక్టర్ విశాల్ తన ఆసుపత్రి వైద్యులు, నర్సులు మరియు సిబ్బందిని సంఘటనా స్థలానికి రమ్మని పిలిచాడు.
అందరూ సముద్ర తీరానికి చేరుకున్నారు, అక్కడ ప్రయాణీకుల ఈ దృశ్యం కనిపించింది, వారు మరణ దశలో ఉన్నారు.
ఈదురు గాలులు సముద్ర తీరాన్ని తాకడంతో అనేక మంది సముద్రపు నీటిలో తేలియాడుతున్నారు.
చాలా మంది ప్రయాణికులకు ఈత తెలియదని వైద్యులు గమనించారు.

డాక్టర్ విశాల్ మరియు ఇతరులు అందరూ ప్రజలకు సహాయం చేస్తున్నారు.

వారిని ఆసుపత్రికి తీసుకెళ్లారు.

సకాలంలో వైద్యం అందించి ప్రాణాపాయం నుంచి కాపాడారు.

ఆసుపత్రి రోగులతో నిండిపోయింది.

అక్కడ హడావిడి నెలకొంది.

చాలా మంది ప్రయాణికులు ప్రాణాపాయం నుంచి బయటపడ్డారు.

ఈ ఘటనపై ప్రభుత్వానికి సమాచారం అందించారు.

అన్ని విధాలా సహాయ సహకారాలు అందించేందుకు ప్రభుత్వ అధికారులు రంగంలోకి దిగారు.

పలువురు ప్రభుత్వ అధికారులు, మంత్రులతో డాక్టర్ విశాల్ ఆసుపత్రి కిటకిటలాడింది.

అనేక స్వచ్ఛంద సంస్థలు బాధితులకు ఆహారం, దుస్తులు మరియు నివాసం అందించడంలో సహాయం చేయడానికి ముందుకు వచ్చాయి.

రోగుల ఆరోగ్య పరిస్థితులను ప్రభుత్వ అధికారులను అడిగి తెలుసుకున్నారు.

డాక్టర్ విశాల్ చాలా చురుగ్గా ఉండేవారు మరియు సకాలంలో మందులు, దుస్తులు, ఆహారం, ఆశ్రయం, డబ్బు మొదలైనవాటిని అందజేస్తూ, కష్టాల్లో ఉన్న వారందరికీ మంచి సహకారం అందించారు.

డాక్టర్ విశాల్ సకాలంలో సహాయం చేసినందుకు అందరూ చప్పట్లు కొట్టి అభినందించారు.

డాక్టర్ విశాల్ మరియు అతని బృందానికి నిద్రలేని రాత్రులు ఉన్నాయి.

డాక్టర్ విశాల్ తన ఆసుపత్రిలో ఉన్నాడు.

అతను ఒకరోజు రాత్రి నిద్రపోతున్నాడు.

అతని కలలో, అతని జ్ఞాపకం అతని పూర్వ జీవితానికి తిరిగి వచ్చింది. అతను ఒక యోధుడని, అక్కడ అతను దుర్మార్గులతో పోరాడినట్లు గుర్తుచేసుకున్నాడు.

రోజులు గడిచిపోతున్నాయి, నెమ్మదిగా ప్రక్రియలో విషయాలు సాధారణమయ్యాయి.

కానీ డాక్టర్ విశాల్‌కి తగినంత విశ్రాంతి లేదు.

ఆస్పత్రిలో ఎక్కడ చూసినా దయనీయ దృశ్యాలే.

డాక్టర్లు, నర్సులు మరియు ఇతర సిబ్బంది అందరూ మాస్కులు మరియు గ్లౌజులు ధరించారు, డాక్టర్ యూనిఫాం, తెల్ల కోటు మొదలైనవాటితో ఉన్నారు.

పారిశుద్ధ్య ఏర్పాట్లు పూర్తి చేయడంతో ఎక్కడికక్కడ పరిశుభ్రత కనిపించింది.

మరుగుదొడ్లు మరియు విశ్రాంతి స్థలాలు బాగా నిర్వహించబడ్డాయి.

జనం తొక్కిసలాట జరగకుండా గట్టి పోలీసు బందోబస్తు ఏర్పాటు చేశారు.

మెడికల్ షాపులు సరిగా లేకపోయినా, ప్రభుత్వం బయటి నుంచి మంచి మందులను అందించింది.

రెడ్ క్రాస్ సొసైటీ రంగంలోకి దిగింది. డాక్టర్ బృందానికి చాలా సహాయం మరియు మద్దతు అందించబడింది.

ఇన్ పేషెంట్లు మరియు అవుట్ పేషెంట్లందరికీ సహాయం చేయడానికి ఇతర నగరాలు మరియు ఇతర ఆసుపత్రుల నుండి ఇంకా ఎక్కువ మంది వైద్యులను పిలిపించారు.

చాలా మందికి జలుబు మరియు దగ్గు, దురద మరియు సంచలనాలతో సహా తెలియని వైరస్ వచ్చింది.

చాలా మంది రోగులకు కళ్లు మండుతున్నాయి.

వైద్యులు మరియు ప్రభుత్వం మొత్తం జాగ్రత్తలు తీసుకున్నారు. డాక్టర్ విశాల్‌కి ఇది జీవిత మరణ ప్రశ్న.

దానికి కారణం అతని వైద్య వృత్తి.

డాక్టర్ విశాల్ తన వృత్తిలో డైనమిక్, దృఢమైన, మొండి పట్టుదలగల మరియు చురుకుగా ఉండేవాడు.

అదంతా అతని విలువైన జీవితంలో దేవుని బహుమతి మరియు దీవెనల కారణంగా ఉంది.

DR విశాల్ ఆసుపత్రికి అసోసియేట్‌గా ఒక NGOని స్థాపించి, పేద మరియు భరించలేని పిల్లలు మరియు ప్రజలందరికీ మద్దతు ఇవ్వడానికి మరియు సహాయం చేయవచ్చని భావించారు.

DR విశాల్ ప్లాన్ చేసిన కార్యకలాపాలు, అతను పరోపకార స్వభావాన్ని పొందాడు, అంటే., దయ, దాతృత్వ కార్యకలాపాలు మరియు పేద మరియు భరించలేని పిల్లలకు / వ్యక్తులకు సహాయం డిఫాల్ట్‌గా ఏ మానవుడికైనా అవసరం.

ప్రజలు తమ విస్తృతమైన సేవకు ఎలాంటి ప్రచారం లేకుండా సేవా ఆధారిత కార్యక్రమాలు చేస్తే అది సర్వశక్తిమంతుడి ఆశీర్వాదంగా పరిగణించబడుతుంది.

DR విశాల్ కూడా ఆనందం గురించి స్వీయ న్యాయవాది. "పూర్తి హృదయంతో మరియు హృదయపూర్వకంగా మంచి పనులు చేయడం ద్వారా ఆనందం లభిస్తుంది.

ఆనందం మరియు ఆహ్లాదకరమైనవి అనేవి సమాజానికి మనం చేసే పనులపై ఆధారపడి సంతృప్తితో పొందగల మరియు పొందగల రెండు విషయాలు, ఒక వ్యక్తి చేసిన పనిని స్వీకరించే

సమయంలో సంతోషంగా మరియు సంతృప్తి చెందే మానవజాతి.

ఆనందం మరియు ఆహ్లాదాన్ని సృష్టించడం అనేది మన చేతుల్లోనే ఉంది మరియు ముఖ్యంగా పేదలు, భరించలేని మరియు వికలాంగులైన పిల్లలు/ప్రజల ప్రయోజనం మరియు ప్రయోజనం కోసం సమాజ లక్ష్యాల వైపు స్వయం-విశ్వాసంతో అపోహలను అందించవచ్చు.

డాక్టర్ మరియు గోస్ట్స్ కథ ముగింపు
జై హింద్

Chapter 38

క్లుప్తంగా:

ఇది సైంటిఫిక్-హారర్-థ్రిల్లర్-సస్పెన్స్-మరణం-పునర్జన్మ-దెయ్యాలు, అఘోరాలు మరియు దోపిడీ, క్లబ్, పబ్ మరియు హార్స్ రేస్‌తో కూడిన వినోద కథ)

సైంటిస్ట్ శ్యామ్ ఫార్ములా మెడిసిన్‌ని కనిపెట్టాడు. ఈ ఔషధం మోతాదు ప్రకారం, వెంటనే చనిపోయిన వ్యక్తికి ఇంజెక్ట్ చేస్తే, చనిపోయిన వ్యక్తి నెమ్మదిగా శ్వాస తీసుకుంటాడు మరియు సజీవంగా ఉంటాడు.

ఔషధం యొక్క శక్తి ప్రారంభంలో ఒక గంట కంటే ఎక్కువ కాలం ఉండదు.

డాక్టర్ స్నేహితుడు విశాల్ మద్దతుతో శాస్త్రవేత్త విశాల్ హాస్పిటల్‌లో మృతదేహంపై ఈ మందును ప్రయోగించాడు.

ఈ ప్రయోగం విజయవంతమవుతుంది.

ఔషధం శక్తి కోల్పోయిన తర్వాత, ప్రయోగం చేసిన వ్యక్తి మరణిస్తాడు.

కొన్ని ఆత్మలు, ఆత్మలు దెయ్యాలు, డెవిల్స్ మరియు సాతానులుగా మారతాయి.

ఇవన్నీ డాక్టర్ విశాల్‌కి ఇబ్బందిని కలిగిస్తాయి.

గ్రేవ్ యార్డ్ వద్ద, అన్ని రకాల మృతదేహాల దృశ్యాలు సజీవంగా మారడం మరియు చనిపోవడం. బూత్ బంగ్లా దృశ్యాలు, గ్రేవ్ యార్డ్‌లో అన్ని అఘోరాల దృశ్యాలు అర్థంలేనివి.

విమోచన క్రయధనం కోసం సైంటిస్ట్ శ్యామ్‌ని సంఘ వ్యతిరేక వ్యక్తులు కిడ్నాప్ చేస్తారు.

డాక్టర్ కాన్ఫరెన్స్ జరుగుతుంది. ఈ సంఘటనలు జరిగే ఆత్మకూర్ గ్రామంలోని ప్రజలందరూ భయంతో మూడ్‌తో ఉన్నారు మరియు రాత్రి 7 గంటల తర్వాత బయటకు వెళ్లడానికి భయపడుతున్నారు.

ఈ దయ్యాలు, దెయ్యాలు మరియు సాతానులు, వివిధ వనరుల నుండి డబ్బును దోచుకుంటారు మరియు డబ్బును డాక్టర్ విశాల్ ఇంట్లో ఉంచుతారు.

క్లబ్, పబ్‌లు, కాసనోవా, గుర్రపు పందెం, జూదం ప్లేస్‌లు, హోటల్ సన్నివేశాలు, ఈ దెయ్యాలు, దెయ్యాలు మరియు సాతానులు ప్రజలందరినీ ఇబ్బంది పెట్టే సన్నివేశాలు ఉన్నాయి.

ఈ దెయ్యాలు మరియు దెయ్యాల చర్యలకు ట్రాఫిక్ సిగ్నల్ పోలీసులు కూడా బాధితులు.

వైద్యుడు విశాల్ ఒక నెల పాటు ఆత్మకూర్ నుండి వారణాసికి తీర్థయాత్రకు బయలుదేరాడు.

దేవతా దేవతల అనుగ్రహం పొంది మనశ్శాంతి కోసం ప్రార్థించండి.

డాక్టర్ విశాల్ తీర్థయాత్ర నుండి తిరిగి వచ్చిన తర్వాత, ఇంటి దృశ్యం మొత్తం మారిపోయింది. గోనె సంచుల్లో డబ్బు ప్రతిచోటా, డాక్టర్ విశాల్ ఆశ్చర్యం, అవాక్కయ్యారు.

అన్ని దయ్యాలు, దెయ్యాలు మరియు సాతానులు చాలా అర్థంలేని మరియు ఇబ్బందులను సృష్టిస్తారు.

ఆసుపత్రిలో కూడా, ఈ దెయ్యాలు మరియు దెయ్యాలు రోగులకు ఇబ్బంది మరియు అర్థంలేనివి సృష్టిస్తాయి.

పోలీసుల సహాయంతో సైంటిస్టును విడిచిపెట్టారు. శాస్త్రవేత్త ఒక ఫార్మాస్యూటికల్ కంపెనీకి విక్రయించిన సూత్రాన్ని కనుగొన్నాడు.

ఈ ఆత్మలు, దెయ్యాలు మరియు దెయ్యాలు డాక్టర్ విశాల్ను విడిచిపెట్టి, పునర్జన్మ కోసం వారి ఆత్మల ప్రపంచానికి తిరిగి వెళ్లాలనే ఉద్దేశ్యంతో డాక్టర్ విశాల్ మరియు సైంటిస్ట్ శ్యామ్లకు వీడ్కోలు పలికాయి.

గ్రామస్తులందరూ సంతోషించారు. గ్రేప్ యార్డ్ పొలిమేరలకు మారుతుంది.

గ్రేప్ యార్డ్ వద్ద అపార్ట్మెంట్లు వస్తాయి.

వైద్యుడు తన ఆసుపత్రిని మల్టీ-స్పెషాలిటీ ఆసుపత్రిగా చేస్తాడు. సైంటిస్ట్ కూతురు పెళ్లి జరిపించాడు.

అలాగే, డాక్టర్ తన కుమార్తె వివాహాన్ని కూడా చేస్తాడు.

అందరూ సంతోషంగా ఉన్నారు.

మరిన్ని మలుపులు, మలుపులు, అన్ని ఫిల్మీ స్టైల్ పదార్థాలు ఈ పూర్తి కథలో కనిపిస్తాయి.

దయచేసి మొత్తం కథనాన్ని చదవండి.

ఈ కథ థ్రిల్లింగ్ మరియు ఆసక్తికరంగా, సస్పెన్స్ మరియు వినోదాన్ని కలిగి ఉంటుంది.

కథ వేగంగా నడుస్తుంది.

నిజజీవిత కథానుభవాలు, దెయ్యాలు, దెయ్యాల నృత్యాలు, పాటలు పాడటం, అరుపులు ఈ కథలో కనిపిస్తాయి.

పాల్ బ్రంటన్, అఘోరాలపై అమెరికన్ జర్నలిస్ట్ ప్రయోగం కూడా ఈ కథలో కనిపిస్తుంది.

పోలీస్ కానిస్టేబుల్స్ మరియు ఇతర వ్యాపారవేత్తలను కలవరపెడుతున్న ఆత్మలు కూడా ఈ కథనంలో ఉన్నాయి.

ఆత్మల అవాంతరాలు, ఆత్మ యొక్క భావాలు మరియు సోల్స్ వరల్డ్ కూడా ఈ కథలో ఉన్నాయి.

కథ సుఖాంతం.

జై హింద్.

MANTRI PRAGADA
MARKANDEYULU, Litt·D·,
Poet, Novelist, Song and Story Writer
B. Com, DBM, PGDCA, DCP,
(Visited Nairobi-Kenya, East Africa)

- ➢ **Rabindranath Tagore Memorial Award**
- ➢ The State of Birland (Birland Government–Bir Tawil) Rep. at Hyderabad-India
- ➢ The Silver Shield Award from UHE, Peru Literary Excellence 2021.
- • 2021 GOLDEN EAGLE WORLD AWARD WINNER FOR LITERARY EXCELLENCE, HISPAN WORLD WRITERS' UNION (UHE), Peru

- Gujarat Sahitya Academy and Motivational Strips LITERARY EXCELLENCE Honour on the occasion of 75th India's Independence Day
- *Honored with "A Royal Commemorative Peace and Humanity Award" by the "Royal Kutai Mulawarman Peace International Institute, Philippines"*
- *Royal Success International Book of Records 2019 Honour, Hyderabad-India*
- *Institute of Scholars (InSc) Research Excellence Award-2020, Bangalore (India)*
- *Gujarat Sahitya Academy and Motivational Strips 2020 Honour, Gujarat-India*
- *Hon. Doctorate in Literature from ITMUT, Brazil. (2019)*
- *Literary Brigadier Honour (2018) from Story Mirror, Mumbai, India*
- *Spotlight Superstar Honour (2018) from Story Mirror, Mumbai, India*
- *Golden Ambassador General for Development and Peace at World Peoples Forum @ TWPF/BTYA, Bangladesh*
- *State of Birland at Bir Tawil Recognized Poet*
- *RKMPII Nobility Award 2021*
- *RKMPII HEART OF GOLD NOBLES Honour Certificate 2021*

- *ISFFDGUN Internationally Accredited Certificate 2021.*
- *Dr. Sarvepalli Radhakrishnan Ratan Award 2021 – WHRC Honour*
- *Mahatma Gandhi Humanity Award 2021 – WHRC Honour.*

Plot No. 37, H. No. 1-6-53/1,
ANUPURAM, ECIL Post,
Hyderabad -500062
Telangana State (INDIA)
Email: mrkndyl@gmail.com
Twitter: @mrkndyl68
Phone Nos.
+91-9951038802
+91-8186945103
Twitter: @mrkndyl68

దయ్యాలగోల

డాక్టర్-సైంటిస్ట్ కథ
ఆత్మల ఘోష

MANTRI PRAGADA MARKANDEYULU